ഖലീൽ ജിബ്രാൻ

101 കഥകൾ

khaleel jibran 101 kadhakal
stories

•

translation
k s richard

•

first edition
october 2014

•

published
chintha publishers, thiruvananthapuram

•

typesetting
star communications, thiruvananthapuram

•

•

cover
swetha & anas

•

വിതരണം

ദേശാഭിമാനി ബുക്ക് ഹൗസ്

H O തിരുവനന്തപുരം–695 035
phone: 0471-2303026, 6063026
www.chinthapublishers.com
chinthapublishers@gmail.com

ബ്രാഞ്ചുകൾ

ഹെഡ്ഡാഫീസ് ബ്രാഞ്ച് കുന്നുകുഴി • സ്റ്റാച്യു തിരുവനന്തപുരം • കെ എസ് ആർ ടി സി ബസ് സ്റ്റേഷൻ ആലപ്പുഴ • കെ എസ് ആർ ടി സി ബസ് സ്റ്റേഷൻ എറണാകുളം • ചിറ്റൂർ റോഡ് എറണാകുളം • മച്ചിങ്ങൽ ലെയ്ൻ തൃശൂർ • ഐ ജി റോഡ് കോഴിക്കോട് • മാവൂർ റോഡ് കോഴിക്കോട് • എൻ ജി ഒ യൂണിയൻ ബിൽഡിങ് കണ്ണൂർ • സെൻട്രൽ ബസ് ടെർമിനൽ കോംപ്ലക്സ് താവക്കര കണ്ണൂർ

CO - 2113 / 3535

ഖലീൽ ജിബ്രാൻ
101 കഥകൾ

പരിഭാഷ

കെ എസ് റിച്ചാർഡ്

ചിന്ത പബ്ലിഷേഴ്സ്
തിരുവനന്തപുരം-695 035
വില : ₹ 150

കെ എസ് റിച്ചാർഡ്

ആലപ്പുഴ ജില്ലയിലെ പുന്നപ്രയിൽ ജനിച്ചു. കേരള സർവ്വകലാശാലയിൽനിന്ന് ബിരുദവും മൈസൂർ സർവ്വകലാശാലയിൽനിന്ന് നിയമബിരുദവും നേടി. ഇന്ദിരാഗാന്ധി നാഷണൽ ഓപ്പൺ സർവ്വകലാശാലയിൽനിന്ന് സർഗ്ഗാത്മക രചനയിൽ ഡിപ്ലോമ ലഭിച്ചു. എൽ ഐ സി ഉദ്യോഗസ്ഥനായി വിരമിച്ചു. ജീവനക്കാരുടെ സംഘടനയിൽ നേതൃസ്ഥാനങ്ങൾ വഹിച്ചിട്ടുണ്ട്. ഖലീൽ ജിബ്രാന്റെ നിരവധി കൃതികൾ മലയാളത്തിലേക്ക് മൊഴിമാറ്റം ചെയ്തു.

തിരകൾ, *ഭൂമിയുടെ ഉപ്പ്*, *രക്ഷാകവചം (നോവലുകൾ)*, *ഖലീൽ ജിബ്രാന്റെ ജീവിതകഥ*, *മനുഷ്യപുത്രനായ യേശു* തുടങ്ങിയവയാണ് പ്രധാനകൃതികൾ.

ഭാര്യ : മേരി റിച്ചാർഡ്
മക്കൾ : സ്മിത, ശുഭ
വിലാസം : കറുകപ്പറമ്പിൽ, വി വി റോഡ്
പേട്ട പി ഒ, തിരുവനന്തപുരം – 24
ഫോൺ : 0471 2470490

ഉള്ളടക്കം

പ്രസാധകക്കുറിപ്പ്

ഖലീൽ ജിബ്രാനെക്കൂടാതെ ലോകസാഹിത്യം പൂർണ്ണമാവില്ല. ലോകത്തെ ഇത്രയേറെ കീഴടക്കിയ മറ്റൊരു കവി ഉണ്ടോ എന്നു സംശയമാണ്. പ്രവാചക സദൃശമായ വർത്തമാനങ്ങളിലൂടെ ജിബ്രാൻ ലോകത്തെ ആകർഷിച്ചു. ലെബനനിൽ ജനിച്ച് അമേരിക്കയിൽ വളർന്ന് അറബിയിലും ഇംഗ്ലീഷിലും എഴുതി. ഗദ്യത്തിന് ഇത്രയേറെ ഓജസ്സുണ്ടെന്നു നാം മനസ്സിലാക്കുന്നത് ജിബ്രാനെ വായിക്കുമ്പോഴാണ്. ചിത്രകല അഭ്യസിക്കുകയും ചിത്രകാരൻ എന്ന നിലയിൽ പ്രശസ്തനാവുകയും ചെയ്ത ജിബ്രാൻ യഥാർത്ഥത്തിൽ ഗദ്യത്തെ കവിതയോടടുപ്പിക്കുകയും കവിതയെ ഛായാചിത്ര സമാനമാക്കുകയും ചെയ്തു. തുടിക്കുന്ന ജീവിത സന്ദേശങ്ങളാണ് ജിബ്രാന്റെ രചനകൾ. അത് ആസ്തികരും നാസ്തികരും ഒരുപോലെ ആസ്വദിച്ചു. ജിബ്രാന്റെ രണ്ടുവരികളില്ലെങ്കിൽ പ്രണയലേഖനങ്ങൾ പൂർത്തിയാവില്ല എന്നൊരു കാലവുമുണ്ടായിരുന്നു. ഖലീൽ ജിബ്രാന്റെ 101 കഥകൾ പ്രൗഢിയും സൗന്ദര്യവും ചേർന്നുപോകാതെ ഭാഷാന്തരം ചെയ്തിട്ടുള്ളത് കെ എസ് റിച്ചാർഡാണ്. വിശ്വോത്തര സാഹിത്യകാരനായ *ഖലീൽ ജിബ്രാന്റെ കഥകൾ* മലയാളത്തിൽ പ്രസിദ്ധീകരിക്കാൻ കഴിഞ്ഞതിൽ ഞങ്ങൾക്ക് ഏറെ സന്തോഷമുണ്ട്.

ചിന്ത പബ്ലിഷേഴ്സ്

1

മണപ്പുറത്ത്

ഒരുവൻ അപരനോട് പറഞ്ഞു: "വളരെ നാൾ മുമ്പ്, സമുദ്രത്തിലെ വേലിയേറ്റ സമയത്ത് ഞാൻ എന്റെ വടിയുടെ കൂർത്തയറ്റംകൊണ്ട് ഈ മണപ്പുറത്ത് ഒരു വരി എഴുതിയിട്ടു, ഇപ്പോഴും ജനം ഇവിടെനിന്ന് അത് വായിക്കാറുണ്ട്, അത് യാതൊരു വിധത്തിലും മാഞ്ഞുപോകാതിരിക്കാൻ അവർ ശ്രദ്ധിക്കാറുമുണ്ട്."

അപ്പോൾ അപരൻ പറഞ്ഞു: "ഞാനും ഈ മണപ്പുറത്ത് ഒരു വരി എഴുതിയിട്ടു, പക്ഷേ, അപ്പോൾ വേലിയിറക്കസമയമായിരുന്നു; മഹാസമുദ്രത്തിലെ തിരകൾ അത് മായ്ച്ചു കളഞ്ഞു. അതിരിക്കട്ടെ, താങ്കൾ എന്താണ് എഴുതിയത് എന്നു പറയുമോ?"

ഒന്നാമൻ മറുപടിയായി പറഞ്ഞു, "ഞാൻ എഴുതിയത് ഇങ്ങനെ: "ഞാൻ എന്താണോ അതാണ് ഞാൻ; ആട്ടെ, താങ്കൾ എന്താണ് എഴുതിയത്?"

അപരൻ പറഞ്ഞു, "ഞാൻ ഇങ്ങനെ എഴുതി: 'ഞാൻ ഈ മഹാപാരാവാരത്തിലെ ഒരു തുള്ളി മാത്രം."

2

മൂന്ന് സമ്മാനങ്ങൾ

ഒരിക്കൽ ബെഷാറേ നഗരത്തിൽ ഉദാരമതിയായൊരു രാജകുമാരൻ ജീവിച്ചിരുന്നു. പ്രജകളെല്ലാം അദ്ദേഹത്തെ സ്നേഹിക്കുകയും ആദരിക്കുകയും ചെയ്തുപോന്നു.

പക്ഷേ, പരമദരിദ്രനായൊരു മനുഷ്യന് ഈ രാജകുമാരനോട് അതിയായ വെറുപ്പുണ്ടായിരുന്നതുകൊണ്ട് അദ്ദേഹത്തെ നിന്ദിക്കാൻ തന്റെ വിഷലിപ്തമായ നാക്ക് നിരന്തരം ഇളക്കിക്കൊണ്ടിരുന്നു. രാജകുമാരന് ഇക്കാര്യം അറിയാമായിരുന്നെങ്കിലും അദ്ദേഹം ക്ഷമ കാണിച്ചു. ഒടുവിൽ അദ്ദേഹം അവനെക്കുറിച്ച് ഓർത്തപ്പോൾ ശിശിരകാലത്തെ തണുപ്പുള്ളൊരു രാത്രിയിൽ, ആ മനുഷ്യന്റെ വീട്ടുപടിക്കൽ രാജകുമാരന്റെ ഒരു സേവകൻ ചെന്നു, ഒരു ചാക്ക് ധാന്യപ്പൊടിയും ഒരു സഞ്ചി സോപ്പും ഒരു കൂട പഞ്ചസാരയുമായിട്ട്.

സേവകൻ പറഞ്ഞു: "രാജകുമാരന്റെ ഓർമ്മയുടെ അടയാളമായി ഈ ഉപഹാരങ്ങൾ നിങ്ങൾക്ക് തന്നയച്ചതാണ്."

അയാൾ വളരെ ഗർവ്വിതനായി, കാരണം അയാൾ കരുതിയത് ഉപഹാരങ്ങൾ രാജകുമാരന്റെ ആദരപ്രകടനം ആയിരുന്നുവെന്നാണ്. അഹങ്കാരത്തോടെ അയാൾ ബിഷപ്പിന്റെയടുത്തുചെന്ന്, രാജകുമാരൻ ചെയ്ത കാര്യം അറിയിച്ചശേഷം പറഞ്ഞു: "എന്റെ സൗഹൃദം രാജകുമാരൻ എത്രത്തോളം കാംക്ഷിക്കുന്നു എന്ന് താങ്കൾക്ക് കണ്ടുകൂടേ?"

പക്ഷേ, ബിഷപ്പ് പറഞ്ഞു: "ഓ, എത്ര ബുദ്ധിമാനായ ഒരു രാജകുമാരൻ, നീ അത് ഒട്ടും മനസിലാക്കിയില്ലല്ലോ. അദ്ദേഹം പ്രതീകങ്ങളിലൂടെ സംസാരിക്കുന്നു. ധാന്യമാവ് നിന്റെ ഒഴിഞ്ഞ വയറിനും സോപ്പ് നിന്റെ വൃത്തിഹീനമായ തൊലിക്കും പഞ്ചസാര നിന്റെ കയ്പ്പുനിറഞ്ഞ നാവ് മധുരിപ്പിക്കാനുമാണ്."

അന്നുമുതൽ അവൻ തന്നെക്കുറിച്ചുതന്നെ ലജ്ജയുള്ളവനായി മാറി. അവന് രാജകുമാരന്റെ നേർക്കുള്ള വെറുപ്പ് പൂർവ്വാധികം വർദ്ധിച്ചു, അതിലുപരി അവനോട് രാജകുമാരനെക്കുറിച്ച് വെളിപ്പെടുത്തിയ ബിഷപ്പിനെയും വെറുത്തു.

പക്ഷേ, അതിനുശേഷം അവൻ നിശ്ശബ്ദനായി.

3

സമാധാനവും യുദ്ധവും

മൂന്ന് ശുനകന്മാർ വെയിൽകാഞ്ഞുകൊണ്ട് സംസാരിക്കുകയായിരുന്നു.

ആദ്യം ഒരു ശുനകൻ സ്വപ്നം കണക്കെ പറഞ്ഞു: "ശുനകരാജ്യത്ത് ഈ നാളുകളിൽ ജീവിക്കുക എന്നതുതന്നെ എത്ര അത്ഭുതകരമാണ്. എത്ര അനായാസമായാണ് നമ്മൾ സമുദ്രത്തിനടിയിൽ കൂടിയും ഭൂമിയുടെ ഉപരിതലത്തിലും ആകാശത്തിൽപ്പോലും സഞ്ചരിക്കുന്നതെന്ന് ആലോചിച്ചുനോക്കിക്കേ. അതുപോലെ ശ്വാക്കളുടെ സുഖത്തിനായി നടത്തിയ കണ്ടുപിടിത്തങ്ങളെക്കുറിച്ചും. ഒരുനിമിഷനേരത്തേക്ക് ഒന്ന് ധ്യാനിക്കുക; നമ്മുടെ കണ്ണുകൾക്കും കാതുകൾക്കും മൂക്കുകൾക്കും വേണ്ടിപോലും."

അപ്പോൾ രണ്ടാമത്തെ ശുനകൻ പറഞ്ഞു: "കലകളെക്കുറിച്ച് നാം കൂടുതൽ ബോധവാന്മാരാണ്. നമ്മുടെ പിതാമഹന്മാർ ചെയ്തതിനേക്കാൾ എത്രയോ താളാത്മകമായാണ് നാം ചന്ദ്രനെനോക്കി കുരയ്ക്കുന്നത്. അതേപോലെ വെള്ളത്തിൽ നാം നമ്മെത്തന്നെ വീക്ഷിക്കുമ്പോൾ ഇന്നലത്തേതിൽനിന്ന് എത്ര വ്യക്തമായാണ് നാം നമ്മുടെ ശരീരവടിവുകൾ കാണുന്നത്."

അന്നേരം മൂന്നാമത്തെ ശുനകൻ പറഞ്ഞു: "പക്ഷേ, എന്നെ ഏറ്റവും കൂടുതൽ ആകർഷിക്കുന്നതും എനിക്കു മനസ്സിലാകാത്തതും ശുനകരാജ്യങ്ങൾ തമ്മിൽ നിലനില്ക്കുന്ന പ്രശാന്തമായ ധാരണയാണ്."

ആ നിമിഷംതന്നെ അവർ നോക്കിയപ്പോൾ കണ്ടത്, നടന്ന് അടുക്കുന്ന പട്ടിപിടുത്തക്കാരനെയാണ്.

മൂന്ന് ശുനകന്മാരും ചാടിയെണീറ്റ്, തെരുവിലൂടെ ജീവനുംകൊണ്ട് ചിതറിയോടി. ഓടുന്നതിനിടയിൽ മൂന്നാമത്തെ ശുനകൻ വിളിച്ചു പറഞ്ഞു: "ദൈവത്തെയോർത്ത് ജീവനും കൊണ്ട് ഓടിക്കോ, നാഗരികത നമ്മുടെ പിന്നാലെ വരുന്നുണ്ട്."

4

നർത്തകി

ഒരിക്കൽ ബിർക്കാഷാ രാജകുമാരന്റെ സദസ്സിലേക്ക് ഒരു നർത്തകി അവളുടെ സംഗീതജ്ഞരോടൊപ്പം എത്തി. രാജസദസ്സിലേക്ക് അനുമതി ലഭിച്ച അവൾ, രാജകുമാരന്റെ മുന്നിൽ ഓടക്കുഴലിന്റെയും സിത്താറിന്റെയും സാരംഗിയുടെയും സംഗീതത്തിനനുസരിച്ച് നൃത്തം ചെയ്തു.

അവൾ തീനാളങ്ങളുടെ നൃത്തം ചെയ്തു. ഖഡ്ഗങ്ങളുടെയും കുന്തങ്ങളുടെയും നൃത്തം ചെയ്തു; നക്ഷത്രങ്ങളുടെയും ശൂന്യതലങ്ങളുടെയും നൃത്തംചെയ്തു. പിന്നെയവൾ കാറ്റിലാടുന്ന പൂക്കളുടെ നൃത്തം ചെയ്തു.

അതിനുശേഷം അവൾ രാജകുമാരന്റെ സിംഹാസനത്തിനു മുന്നിൽ നിന്ന് അയാളെ കുമ്പിട്ട് വന്ദിച്ചു. അപ്പോൾ അവളോട് അടുത്തുവരാൻ ആംഗ്യം കാണിച്ചശേഷം രാജകുമാരൻ അവളോട് പറഞ്ഞു: "സുന്ദരിയായ യുവതീ, ശാലീനതയുടെയും ആഹ്ലാദത്തിന്റെയും പുത്രീ, എവിടെന്നാണ് നിന്റെ കല ഉടലെടുക്കുന്നത്? അതേപോലെ എങ്ങനെയാണ് നീ നിന്റെ താളങ്ങളിലും ശീലുകളിലും എല്ലാ പഞ്ചഭൂതങ്ങളെയും നിന്റെ നിയന്ത്രണത്തിൽ നിറുത്തുന്നത്?"

വീണ്ടും രാജകുമാരന്റെ മുന്നിൽ കുമ്പിട്ടുകൊണ്ട് നർത്തകി ഉത്തരം നല്കി: "ശക്തനും ഉദാരനുമായ മഹാരാജാ, അങ്ങയുടെ ചോദ്യങ്ങൾക്കുള്ള ഉത്തരം എനിക്കറിഞ്ഞുകൂടാ. ഇത്രമാത്രം എനിക്കറിയാം. ഒരു ദാർശനികന്റെ ആത്മാവ് ശിരസ്സിലാണ് കുടികൊള്ളുന്നത്. കവിയുടെ ആത്മാവ് ഹൃദയത്തിൽ; ഗായകന്റെ ആത്മാവ് അയാളുടെ കണ്ഠത്തിൽ എവിടെയോ തങ്ങിനില്ക്കുന്നു. പക്ഷേ, ഒരു നർത്തകിയുടെ ആത്മാവ് ശരീരത്തെയാകമാനം ചൂഴ്ന്നു നില്ക്കുന്നു."

5

രണ്ട് കാവൽ മാലാഖമാർ

ഒരു സായാഹ്നത്തിൽ നഗരകവാടത്തിൽവച്ച് രണ്ടു മാലാഖമാർ കണ്ടുമുട്ടി. പരസ്പരം അഭിവാദ്യം ചെയ്തു. പിന്നെയവർ സംഭാഷണം തുടങ്ങി.

ഒരു മാലാഖ ചോദിച്ചു: "എന്താണ് നിങ്ങൾ ഇപ്പോൾ ചെയ്യുന്നത്, താങ്കൾക്ക് എന്ത് ജോലിയാണ് ഇപ്പോൾ നല്കിയിരിക്കുന്നത്?"

മറ്റേ മാലാഖ പറഞ്ഞു: "താഴ്‌വരയിൽ താമസിക്കുന്ന പതിതനായ ഒരു മനുഷ്യന്റെ കാവലാണ് എന്നെ ഏല്പിച്ചിരിക്കുന്നത്, ഒരു മഹാ പാപി, അങ്ങേയറ്റം തരംതാണവൻ. ഒരു കാര്യം ഞാൻ നിന്നോട് തീർത്തു പറയാം. ഇത് വളരെ പ്രധാനപ്പെട്ടൊരു ജോലിയാണ്, ഞാൻ അതനുസ രിച്ച് കഠിനപ്രയത്നം ചെയ്യുന്നുമുണ്ട്."

ഒന്നാമത്തെ മാലാഖ പറഞ്ഞു: "അത് വളരെ ലഘുവായൊരു നിയോ ഗമാണ്. എനിക്ക് നിരവധി പാപികളെ അറിയാം, പലപ്പോഴും അവരുടെ കാവൽജോലി നോക്കുകയും ചെയ്തിട്ടുണ്ട്. പക്ഷേ, ഇപ്പോൾ എനിക്ക് നിർദ്ദേശിച്ചിരിക്കുന്ന ജോലി, ദൂരെ ഒരു വള്ളിക്കുടിലിൽ താമസിക്കുന്ന നല്ലൊരു പുണ്യവാളന്റെ കാവലാണ്. അത് വളരെയേറെ പ്രയാസമുള്ള ഒരു ജോലിയാണെന്ന് ഞാൻ ഉറപ്പിച്ചു പറയാം, വളരെ സൂക്ഷ്മതയോടെ ചെയ്യേണ്ടതുമാണ്."

മറ്റെ മാലാഖ പറഞ്ഞു: "ഇത് വെറുമൊരു തോന്നലാണ്. ഒരു പുണ്യ വാളന്റെ കാവൽജോലി എങ്ങനെയാണ് ഒരു പാപിയെ കാക്കുന്നതിനേ ക്കാൾ പ്രയാസമേറിയതാകുന്നത്?"

അപ്പോൾ ഒന്നാമത്തെ മാലാഖ പറഞ്ഞു: "എനിക്ക് തോന്നുന്നതാ ണെന്നു പറഞ്ഞത് എന്തൊരു അസംബന്ധം ആണ്! ഞാൻ സത്യം മാത്രമേ പ്രസ്താവിച്ചുള്ളൂ. എന്റെ വിചാരം നീയാണ് ഓരോന്ന് വെറുതേ

വിചാരിക്കുന്നത് എന്നാണ്!"

അതേ തുടർന്ന് അവർ ശണ്ഠകൂടുകയും കലഹിക്കുകയും ചെയ്തു, ആദ്യം വാക്കുകൾകൊണ്ടും, പിന്നെ മുഷ്ടികളും ചിറകുകളും കൊണ്ടും.

അവർ വഴക്കുകൂടിക്കൊണ്ടിരിക്കുമ്പോൾ ഒരു മുഖ്യദൂതൻ അതു വഴി വന്നു. അദ്ദേഹം അവരെ തടഞ്ഞുകൊണ്ട് ചോദിച്ചു: "നിങ്ങൾ എന്തിന് ശണ്ഠകൂടുന്നു? എന്തിനു വേണ്ടിയാണിതെല്ലാം? കാവൽ മാലാഖമാരെ സംബന്ധിച്ചിടത്തോളം നഗരകവാടത്തിൽവച്ച് വഴക്കുകൂടുന്നത് അങ്ങേയറ്റം അനുചിതമാണെന്ന് നിങ്ങൾക്ക് അറിഞ്ഞുകൂടേ? എന്നോട് പറയൂ, എന്താണ് നിങ്ങളുടെ അഭിപ്രായ വ്യത്യാസം?"

ഉടൻതന്നെ രണ്ട് കാവൽമാലാഖമാരും അവകാശപ്പെട്ടു, അവർക്ക് ഓരോരുത്തർക്കും കൊടുത്തിരിക്കുന്ന ജോലിയാണ് കഠിനതരമെന്നും അതുകൊണ്ട് മറ്റേയാളെക്കാൾ മെച്ചപ്പെട്ട അംഗീകാരം ലഭിക്കണമെന്നും.

മുഖ്യദൂതൻ തലകുലുക്കിക്കൊണ്ട് അൽപ്പനേരം ആലോചിച്ചു. അനന്തരം ഇങ്ങനെ പറഞ്ഞു: "എന്റെ സുഹൃത്തുക്കളേ നിങ്ങളിൽ ആർക്കാണ് ബഹുമതിക്കും പുരസ്കാരത്തിനും കൂടുതൽ അവകാശമെന്ന് എനിക്ക് ഇപ്പോൾ പറയാൻ കഴിയില്ല. പക്ഷേ, അധികാരം എന്നിൽ നിക്ഷിപ്തമായിരിക്കുന്നതുകൊണ്ട്, സമാധാനം നിലനിറുത്താനും മെച്ചപ്പെട്ട കാവൽ ഉറപ്പാക്കാനും വേണ്ടി, ഞാൻ നിങ്ങളുടെ ജോലി പരസ്പരം വച്ചു മാറ്റുന്നു, കാരണം, മറ്റേയാളുടേതാണ് ലളിതമായ ജോലിയെന്ന് നിങ്ങൾ ഓരോരുത്തരും ഉറപ്പിച്ച് പറയുന്നുണ്ടല്ലോ. ഇനി ഇവിടെനിന്നും പോയി സന്തോഷത്തോടെ നിങ്ങളുടെ ജോലി ചെയ്തോളൂ!"

ഉത്തരവ് കിട്ടിയ മാലാഖമാർ അവരുടെ വഴിക്ക് പോയി. പക്ഷേ, അവർ ഓരോരുത്തരും വർദ്ധിച്ച കോപത്തോടെ മുഖ്യദൂതന്റെ നേർക്ക് തിരിഞ്ഞുനോക്കി. മനസ്സിൽ അവർ രണ്ടാളും ഇങ്ങനെ പറഞ്ഞു: "ഓ, ഈ മുഖ്യദൂതന്മാർ! അവർ ദിനംപ്രതി ഞങ്ങൾ മാലാഖമാരുടെ ജീവിതം കൂടുതൽകൂടുതൽ ക്ലേശകരമാക്കുകയാണ്!"

മുഖ്യദൂതൻ പക്ഷേ, അവിടെത്തന്നെനിന്നു, ഒരിക്കൽക്കൂടി സ്വയം ആലോചിച്ചു. എന്നിട്ട് ആത്മഗതം ചെയ്തു, "നാം വാസ്തവത്തിൽ കൂടുതൽ ശ്രദ്ധിക്കേണ്ടിയിരിക്കുന്നു, നമ്മുടെ കാവൽമാലാഖമാരുടെ മേൽ കൂടുതൽ കാവൽ ഏർപ്പെടുത്തുകയും വേണം."

6

പ്രതിമ

ഒരിക്കൽ ഒരിടത്ത് കുന്നുകളുടെയിടയിൽ ഒരു മനുഷ്യൻ ജീവിച്ചിരുന്നു. അയാൾക്ക് മഹാനായൊരു ശില്പി നിർമ്മിച്ച പുരാതനമായൊരു പ്രതിമ ഉണ്ടായിരുന്നു. ആ പ്രതിമ അയാളുടെ വീട്ടുപടിക്കൽ മുഖം താഴെയായിട്ടാണ് കിടന്നിരുന്നത്; അയാൾ അതേക്കുറിച്ച് ശ്രദ്ധിച്ചതേയില്ല.

ഒരുദിവസം നഗരത്തിൽനിന്ന് വിദ്വാനായൊരു മനുഷ്യൻ ആ വീടിന്റെ അടുത്തുകൂടെ കടന്നുപോയപ്പോൾ, ആ പ്രതിമ കാണുകയും അതിന്റെ ഉടമസ്ഥനോട് പ്രതിമ വില്ക്കുമോയെന്ന് ചോദിക്കുകയും ചെയ്തു.

ഉടമസ്ഥൻ ചിരിച്ചുകൊണ്ട് ചോദിച്ചു, "ഈ വൃത്തികെട്ട മങ്ങിയ ശില ആര് വാങ്ങുമെന്ന് അറിയാൻ താല്പര്യമുണ്ട്?"

നഗരത്തിൽനിന്നുള്ള മനുഷ്യൻ പറഞ്ഞു: "ആ പ്രതിമ എനിക്ക് തന്നാൽ ഞാൻ ഈ വെള്ളിക്കാശ് നിങ്ങൾക്ക് തരാം."

അയാൾ അത്യധികം അത്ഭുതപ്പെടുകയും ആഹ്ലാദിക്കുകയും ചെയ്തു.

ആ പ്രതിമ ഒരു ആനപ്പുറത്തേറ്റിയാണ് നഗരത്തിലേക്ക് കൊണ്ടുപോയത്. അനേകം മാസങ്ങൾക്കുശേഷം കുന്നുകളുടെയിടയിലെ മനുഷ്യൻ നഗരം സന്ദർശിച്ചു. അയാൾ തെരുവുകളിലൂടെ നടക്കുമ്പോൾ ഒരു കടയുടെ മുന്നിൽ ആൾക്കൂട്ടം കണ്ട് ശ്രദ്ധിച്ചപ്പോൾ, ഒരു മനുഷ്യൻ ഉച്ചത്തിൽ വിളിച്ചുപറയുന്നത് കേട്ടു, "കടന്നുവരുവിൻ, കാണുവിൻ, ഈ ലോകത്തിലെ ഏറ്റവും മനോഹരവും അത്ഭുതകരവുമായ പ്രതിമ, ഒരു രാജശില്പിയുടെ ഏറ്റവും സ്തുത്യർഹമായ ഈ സൃഷ്ടി കാണാൻ വെറും രണ്ട് വെള്ളിക്കാശ് മാത്രം."

അതുകേട്ട് കുന്നുകളുടെയിടയിൽനിന്ന് വന്ന മനുഷ്യൻ രണ്ട് വെള്ളിക്കാശ് കൊടുത്ത് കടയ്ക്കകത്തു കയറി, താൻ ഒറ്റവെള്ളിക്കാശിന് വിറ്റ തന്റെ പ്രതിമ കാണാൻ.

7

വെച്ചുമാറ്റം

ഒരിക്കൽ ഒരു നാൽക്കവലയിൽ വച്ച് ദരിദ്രനായ ഒരു കവിയും ധനികനായൊരു വിഡ്ഢിയും കണ്ടുമുട്ടുകയും പരസ്പരം സംസാരിക്കുകയും ചെയ്തു. അവർ വെളിപ്പെടുത്തിയതെല്ലാം അവരുടെ അസംതൃപ്തിയെക്കുറിച്ചായിരുന്നു.

ആ സമയം ആ വീഥിയുടെ മാലാഖ അതുവഴി കടന്നുപോയി; മാലാഖ ഈ രണ്ടുപേരുടെയും ചുമലുകളിൽ തന്റെ കരങ്ങൾ വച്ചു. നോക്കണേ ഒരത്ഭുതം: ആ മനുഷ്യർ അവരുടെ സമ്പത്തുകൾ പരസ്പരം വെച്ചുമാറ്റം ചെയ്തിരുന്നു.

അവർ പിരിഞ്ഞുപോയി. പക്ഷേ, പറഞ്ഞാൽ വിചിത്രമെന്ന് തോന്നും, കവി നോക്കിയപ്പോൾ അയാളുടെ കരങ്ങളിൽ ഒന്നും കണ്ടില്ല, തൂവിപ്പോകുന്ന വരണ്ട മണൽത്തരികളൊഴികെ; വിഡ്ഢിയായ ആ ധനികൻ കണ്ണുകൾ അടച്ചപ്പോൾ തോന്നിയത് തന്റെ ഹൃദയത്തിലൂടെ മേഘങ്ങൾ മാത്രമേ ചലിക്കുന്നുള്ളൂവെന്നാണ്.

8

സ്നേഹവും വെറുപ്പും

ഒരു സ്ത്രീ ഒരു പുരുഷനോട് പറഞ്ഞു: "ഞാൻ നിന്നെ സ്നേഹിക്കുന്നു." അപ്പോൾ ആ പുരുഷൻ പറഞ്ഞു: "നിന്റെ സ്നേഹത്തിന് അർഹനാവാൻ എന്റെ ഹൃദയത്തിൽ ഇടമുണ്ട്."

അപ്പോൾ ആ സ്ത്രീ ചോദിച്ചു. "നീ എന്നെ സ്നേഹിക്കുന്നില്ലേ?" ആ പുരുഷൻ അവളുടെ മുഖത്തേക്ക് നോക്കിയതല്ലാതെ ഒന്നും പറഞ്ഞില്ല.

അപ്പോൾ ആ സ്ത്രീ ഉറക്കെ വിളിച്ചു പറഞ്ഞു: "ഞാൻ നിന്നെ വെറുക്കുന്നു." അതുകേട്ട പുരുഷൻ പറഞ്ഞു: "നിന്റെ വെറുപ്പിന് അർഹനാകാനും എന്റെ ഹൃദയത്തിൽ ഇടമുണ്ട്."

9

കനവുകൾ

താൻ സ്വപ്നം കാണുന്നതായി ഒരാൾ കിനാവ് കണ്ടു. ഉണർന്നപ്പോൾ വെളിപാടുകാരന്നടുത്ത് ചെന്ന് കിനാവിന്റെ പൊരുൾ പറഞ്ഞുതരണമെന്നയാളപേക്ഷിച്ചു.

വെളിപാടുകാരൻ അയാളോട് പറഞ്ഞു: "ഉണർച്ചയിലെ സ്വപ്നങ്ങളുമായി വരിക, അവയുടെ അർത്ഥം ഞാൻ പറഞ്ഞുതരാം. നിദ്രയിൽ നിങ്ങൾ കാണുന്ന കിനാവുകൾക്ക് എന്റെ വിവേകവുമായോ നിങ്ങളുടെ ഭാവനാശേഷിയുമായോ ഒരു ബന്ധവുമില്ല."

10

ഭ്രാന്തൻ

ഒരു ഭ്രാന്താലയത്തിലെ തോട്ടത്തിൽ വച്ചാണ് ഞാൻ ആ യുവാവിനെ കണ്ടത്, വിളറിയതെങ്കിലും, സുന്ദരവും ആശ്ചര്യം നിറഞ്ഞതുമായിരുന്നു അയാളുടെ മുഖം.

അയാളോടൊപ്പം ഒരു ബെഞ്ചിൽ ഇരുന്നുകൊണ്ട് ഞാൻ ചോദിച്ചു: "നിങ്ങൾ എങ്ങനെ ഇവിടെയെത്തി?"

അത്ഭുതത്തോടെ എന്നെ നോക്കിയശേഷം അയാൾ പറഞ്ഞു: "അനുചിതമായൊരു ചോദ്യമാണത്, എങ്കിലും ഞാൻ താങ്കളോട് മറുപടി പറയാം. എന്റെ അച്ഛന്റെ ആഗ്രഹം ഞാൻ ശരിക്കും അദ്ദേഹത്തെപ്പോലെ ആയിത്തീരണം എന്നായിരുന്നു, എന്റെ അമ്മാവനും അതുതന്നെ പറഞ്ഞു. എന്റെ അമ്മയ്ക്ക് ഞാൻ അമ്മയുടെ പ്രഗത്ഭനായ പിതാവിനെപ്പോലെ ആയിത്തീരണം. നാവികനായ തന്റെ ഭർത്താവിനെയാണ് ഞാൻ പിന്തുടരേണ്ട ഉത്തമ മാതൃകയായി എന്റെ സഹോദരി ഉയർത്തിക്കാട്ടിയത്. എന്റെ സഹോദരനാണെങ്കിൽ ഞാനും അയാളെപ്പോലെ നല്ലൊരു കായികാഭ്യാസി ആയിത്തീരണമെന്ന് ആഗ്രഹിച്ചു.

എന്റെ അദ്ധ്യാപകരും തത്ത്വശാസ്ത്രത്തിൽ ഡോക്ടറേറ്റുള്ളവരും സംഗീതാദ്ധ്യാപകനും യുക്തിവാദിയും എല്ലാവരും ഒരേ തീരുമാനക്കാരായായിരുന്നു, മുഖക്കണ്ണാടിയിലെ അവരുടെ ഓരോരുത്തരുടെയും പ്രതിച്ഛായയല്ലാതെ, ഞാൻ മറ്റൊന്നും ആകരുതെന്ന്.

അങ്ങനെയാണ് ഞാൻ ഇവിടെ എത്തിയത്. ഇവിടെ കുറേക്കൂടി സുബുദ്ധിയുള്ളതായി എനിക്ക് അനുഭവപ്പെടുന്നു. ഒന്നുമില്ലെങ്കിലും എനിക്ക് ഞാനായിരിക്കാമല്ലോ."

എന്നിട്ട് പെട്ടെന്ന് എന്റെ നേർക്ക് തിരിഞ്ഞ് അയാൾ ചോദിച്ചു: "എന്നോട് പറയാമോ, വിദ്യാഭ്യാസവും നല്ല ഉപദേശവും മൂലമാണോ താങ്കളും ഇവിടേക്ക് ആനയിക്കപ്പെട്ടത്?"

ഞാൻ ഉത്തരം നൽകി, "അല്ല, ഞാൻ ഒരു സന്ദർശകനാണ്."

അപ്പോൾ അയാൾ പറഞ്ഞു, "ഓ, മതിലിനപ്പുറത്തെ ഭ്രാന്താലയത്തിൽ കഴിഞ്ഞു കൂടുന്നവരിൽ ഒരുവനാണല്ലേ നിങ്ങൾ."

11

തവളകൾ

വേനൽക്കാലത്ത് ഒരുദിവസം ഒരു തവള തന്റെ ഇണയോട് പറഞ്ഞു: “തീരത്തെ വീട്ടിൽ താമസിക്കുന്നവർക്ക് രാത്രിയിലെ നമ്മുടെ പാട്ടുകൊണ്ട് ബുദ്ധിമുട്ടുണ്ടാകുമോ എന്നാണ് എന്റെ ഭയം.”

അപ്പോൾ ഇണ മറുപടി പറഞ്ഞു: “അതുകൊള്ളാം, പകൽ സമയത്ത് അവരുടെ വർത്തമാനംകൊണ്ട് നമ്മുടെ നിശ്ശബ്ദതയെ അവർ അലോസരപ്പെടുത്തുന്നില്ലേ?”

തവള പറഞ്ഞു: “രാത്രിയിൽ നമ്മൾ കണ്ടമാനം പാടുന്നുണ്ട് എന്ന കാര്യം മറക്കണ്ട.”

അവന്റെ ഇണ മറുപടിയായി പറഞ്ഞു: “പകൽ സമയം അവരും വളരെയേറെ വർത്തമാനം പറയുകയും കൂക്കി വിളിക്കുകയും ചെയ്യുന്നുണ്ട്, എന്ന കാര്യവും മറക്കണ്ട.”

തവള ചോദിച്ചു, “ദൈവം പോലും വിലക്കിയിട്ടുള്ള തന്റെ ശബ്ദംകൊണ്ട് ഈ പരിസരമാകെ സ്വൈരം കെടുത്തുന്ന ആ പോക്കാച്ചി തവളയുടെ കാര്യമോ?”

അവന്റെ ഇണ മറുപടിയായി പറഞ്ഞു: “അങ്ങനെയാണെങ്കിൽ, ഈ തീരങ്ങളിൽ വന്ന് തങ്ങളുടെ താളവും ഈണവും ഇല്ലാത്ത ശബ്ദംകൊണ്ട് അന്തരീക്ഷം നിറയ്ക്കുന്ന രാഷ്ട്രീയക്കാരനെയും പുരോഹിതനെയും ശാസ്ത്രജ്ഞനെയും കുറിച്ച് നീ എന്തുപറയും?”

അപ്പോൾ തവള പറഞ്ഞു: “കൊള്ളാം നമുക്കിനി ഈ മനുഷ്യരേക്കാൾ നല്ലവരായിരിക്കാം. നമുക്ക് രാത്രിയിൽ നിശ്ശബ്ദരായിരിക്കാം, നമ്മുടെ ഗാനങ്ങൾ നമ്മുടെ ഹൃദയങ്ങളിൽ സൂക്ഷിക്കാം, ചന്ദ്രൻ നമ്മുടെ ഈണവും താരകങ്ങൾ നമ്മുടെ താളവും ആവശ്യപ്പെട്ടാൽപോലും. ചുരുങ്ങിയത്, ഒന്നോ രണ്ടോ രാത്രിയെങ്കിലും നമുക്ക് നിശ്ശബ്ദരാകാം, മൂന്ന്

രാത്രികളായാലും കുഴപ്പമില്ല." അവന്റെ ഇണ പറഞ്ഞു: "വളരെ നല്ലത്, എനിക്ക് സമ്മതമാണ്. നിന്റെ ഈ വിശാലമനസ്കത എന്ത് ഗുണമാണ് ഉണ്ടാക്കാൻ പോകുന്നതെന്ന് നമുക്ക് കാണാമല്ലോ."

അന്ന് രാത്രി തവളകൾ നിശ്ശബ്ദരായിരുന്നു, തുടർന്നുള്ള രാത്രിയും അവർ നിശ്ശബ്ദരായിരുന്നു, വീണ്ടും മൂന്നാമത്തെ രാത്രിയിലും.

പറയുമ്പോൾ വിചിത്രമായി തോന്നാം, തടാകക്കരയിലെ വീട്ടിൽ താമസിച്ചിരുന്ന വായാടിയായ സ്ത്രീ മൂന്നാംദിവസം പ്രഭാത ഭക്ഷണത്തിനിടെ ഭർത്താവിനോട് ഉറക്കെ പറഞ്ഞു: "കഴിഞ്ഞ മൂന്ന് രാത്രികളിലും ഞാൻ ഉറങ്ങിയിട്ടില്ല. തവളകളുടെ കരച്ചിൽ കാതിൽ വീഴുമ്പോൾ ഉറക്കംകൊണ്ട് ഞാൻ സുരക്ഷിതയായിരുന്നു. പക്ഷേ, എന്തോ സംഭവിച്ചിരിക്കണം. കഴിഞ്ഞ മൂന്ന് രാത്രികളിലായി അവറ്റകൾ പാടിയിട്ടേയില്ല; ഉറക്കമില്ലായ്മമൂലം എനിക്ക് ഭ്രാന്തായിപ്പോയതുപോലുണ്ട്."

തവള ഇതുകേട്ട് തന്റെ ഇണയുടെ നേർക്ക് തിരിഞ്ഞ് കണ്ണിറുക്കിക്കൊണ്ട് പറഞ്ഞു: "ഏറെയും നമ്മുടെ നിശ്ശബ്ദതകൊണ്ടല്ലെ നമുക്ക് ഭ്രാന്തുവരെ എത്തിയത്, അങ്ങനെയല്ലയോ?"

അവന്റെ ഇണ മറുപടി പറഞ്ഞു: "അതേ, രാത്രിയുടെ നിശ്ശബ്ദത നമുക്ക് വലിയൊരാഘാതമായിരുന്നു. ഇപ്പോൾ എനിക്ക് ഒരു കാര്യം മനസ്സിലായി, തങ്ങളുടെ ശൂന്യത ശബ്ദംകൊണ്ട് നിറയ്ക്കണമെന്ന ആവശ്യമുള്ളവരുടെ സുഖത്തിനുവേണ്ടി നാം നമ്മുടെ ആലാപനം നിറുത്തിവയ്ക്കേണ്ട ആവശ്യമില്ല."

അന്നുരാത്രി അവരുടെ ഈണത്തിനുവേണ്ടിയുള്ള ചന്ദ്രന്റെ വിളിയും താളത്തിനുവേണ്ടിയുള്ള താരകങ്ങളുടെ വിളിയും വൃഥാവിലായില്ല.

12

നിയമങ്ങളും നിയമനടപടികളും

യുഗങ്ങൾക്ക് മുമ്പ് മഹാനായൊരു രാജാവുണ്ടായിരുന്നു, അദ്ദേഹം ബുദ്ധിമാനുമായിരുന്നു. തന്റെ പ്രജകൾക്കുവേണ്ടി നിയമങ്ങൾ നിർമ്മിക്കാൻ അദ്ദേഹം ആഗ്രഹിച്ചു.

ആയിരം വിഭിന്ന ഗോത്രങ്ങളിൽനിന്ന് ആയിരം പണ്ഡിതരെ തന്റെ തലസ്ഥാനത്തേക്ക് വിളിച്ചു വരുത്തി, പക്ഷേ, തോൽത്താളുകളിൽ എഴുതിയതും മഹാരാജാവിന്റെ മുന്നിൽ സമർപ്പിച്ചതുമായ ആയിരം നിയമങ്ങൾ വായിച്ച മഹാരാജന്റെ ഉള്ളം കലശലായി വിലപിച്ചു, എന്തെന്നാൽ തന്റെ രാജ്യത്ത് ആയിരം തരത്തിലുള്ള കുറ്റകൃത്യങ്ങൾ ഉണ്ടെന്ന് രാജാവിന് അറിയില്ലായിരുന്നു.

ഉടനെ അദ്ദേഹം തന്റെ പകർത്തെഴുത്തുകാരനെ വിളിപ്പിച്ച്, മുഖത്തുപുഞ്ചിരിയുമായി നിയമങ്ങൾ പറഞ്ഞുകൊടുത്തു. അദ്ദേഹത്തിന്റെ നിയമങ്ങൾ വെറും ഏഴെണ്ണമായിരുന്നു.

ആയിരം പണ്ഡിതരും ദേഷ്യത്തോടെ രാജസന്നിധിവിട്ട് തങ്ങൾ നിർമ്മിച്ച നിയമങ്ങളുമായി, അവരവരുടെ ഗോത്രങ്ങളിലേക്ക് മടങ്ങിപ്പോയി. അങ്ങനെ ഓരോ ഗോത്രവും അതിന്റെ പണ്ഡിതൻ നിർമ്മിച്ച നിയമങ്ങൾ പിന്തുടർന്നു.

അതുകൊണ്ട് ഇന്നേ ദിവസംവരെ അവർക്ക് ആയിരം നിയമങ്ങളുണ്ട്.

അതൊരു മഹത്തായ രാജ്യമാണ്, പക്ഷേ, അതിൽ ആയിരം ജയിലുകളുണ്ട്, ആ തടവറകളിലെല്ലാം സ്ത്രീപുരുഷന്മാർ നിറഞ്ഞിരിക്കുന്നു, ആയിരം നിയമങ്ങൾ ലംഘിച്ചവർ.

തീർച്ചയായും അതൊരു മഹത്തായ രാജ്യമാണ്. പക്ഷേ, അതിലെ ജനങ്ങൾ ഒരായിരം നിയമനിർമ്മാതാക്കളുടെയും ഒരേയൊരു ബുദ്ധിമാനായ രാജാവിന്റെയും പിന്മുറക്കാരാണ്.

13

ദാർശനികനും ചെരിപ്പുകുത്തിയും

കീറിയ ചെരിപ്പുകളുമായി ഒരു ദാർശനികൻ ഒരു ചെരിപ്പുകുത്തിയുടെ കടയിൽ കയറിച്ചെന്നു. "എന്റെ ചെരിപ്പുകൾ ഒന്ന് തയ്ച്ചു തരുമോ," ദാർശനികൻ ചെരിപ്പുകുത്തിയോട് ചോദിച്ചു.

ചെരിപ്പുകുത്തി പറഞ്ഞു: "ഇപ്പോൾ ഞാൻ ഒരാളുടെ ചെരിപ്പുകൾ ശരിയാക്കുകയാണ്; താങ്കളുടെ ചെരിപ്പുകൾ എടുക്കുന്നതിനുമുമ്പേ ഇനിയും ഏതാനും ചെരിപ്പുകൾ കൂടി നന്നാക്കാനുണ്ട്. പക്ഷേ, ഒന്ന് ചെയ്യാം, താങ്കളുടെ ചെരിപ്പുകൾ ഇവിടെ ഇട്ടേക്ക്. ഇന്നത്തേക്ക് ഈ ഒരു ജോഡി ചെരിപ്പുകൾ ധരിച്ചുകൊണ്ട് പൊയ്ക്കോളൂ; നാളെവന്ന് താങ്കളുടെ സ്വന്തം ചെരിപ്പുകൾ എടുക്കാം."

ദാർശനികൻ കോപാകുലനായി. അയാൾ പറഞ്ഞു: "എന്റെ സ്വന്തമല്ലാത്ത ചെരിപ്പുകൾ ഞാൻ ധരിക്കാറില്ല."

അപ്പോൾ ചെരിപ്പുകുത്തി പറഞ്ഞു: "അത് കൊള്ളാമല്ലോ, നിങ്ങൾ യഥാർത്ഥത്തിൽ ഒരു ദാർശനികനാണോ, മറ്റൊരാളുടെ ചെരിപ്പുകൾകൊണ്ട് സ്വന്തം പാദങ്ങൾ മറയ്ക്കാൻ കഴിയാത്ത ഒരു മനുഷ്യൻ? ഈ തെരുവിൽ തന്നെ മറ്റൊരു ചെരിപ്പുകുത്തിയുണ്ട്, അയാൾക്ക് എന്നെക്കാൾ നന്നായി ദാർശനികരെ മനസിലാകും. നിങ്ങൾ അയാളുടെയടുത്തുപോയിക്കൊള്ളൂ."

14

പാലം പണിയുന്നവർ

അന്ത്യോക്യയിൽ അസായ് നദി സമുദ്രത്തിൽ എത്തുന്നിടത്ത് ഒരു പാലം പണിതിരുന്നു, നഗരത്തിന്റെ ഒരു പകുതി മറ്റേ പകുതിയുമായി അടുപ്പിച്ചുകൊണ്ടു വരുന്നതിന്. കുന്നുകളുടെ മുകളിൽനിന്ന് അന്ത്യോക്യയിലെ കോവർകഴുതകളുടെ പുറത്തുകയറ്റി കൊണ്ടുവന്ന വലിയ കല്ലുകൾ ഉപയോഗിച്ചാണ് ഈ പാലം പണിതത്.

പണി പൂർത്തിയായപ്പോൾ, പാലത്തിനടുത്തുള്ള ഒരു സ്തൂപത്തിൽ ഗ്രീക്കിലും അരാമിയായിലും ഇപ്രകാരം കൊത്തിവച്ചിരുന്നു, "ഈ പാലം നിർമ്മിച്ചത് അന്ത്യോക്യാസ് രണ്ടാമൻ രാജാവ്."

മനോഹരമായ അസായ് നദിക്ക് മുകളിലൂടെയുള്ള ആ നല്ല പാലത്തിലൂടെ അസംഖ്യം മനുഷ്യർ നടന്നുപോയി.

ഒരു സായാഹ്നത്തിൽ അല്പം വട്ടുണ്ടെന്ന് കരുതപ്പെടുന്ന ഒരു യുവാവ് വാക്കുകൾ ആലേഖനം ചെയ്തിരുന്ന സ്തൂപത്തിന്റെ അടുത്തെത്തി. അയാൾ അതിലെ അക്ഷരങ്ങൾ കരികൊണ്ട് മറച്ചശേഷം അതിന്റെ പുറത്ത് ഇങ്ങനെ എഴുതി, "ഈ പാലത്തിനുവേണ്ട കല്ലുകൾ കുന്നിൻ മുകളിൽനിന്ന് കൊണ്ടുവന്നത് കോവർ കഴുതകളാണ്. പാലത്തിന്റെ മുകളിലൂടെ അങ്ങോട്ടും ഇങ്ങോട്ടും കടന്നുപോകുന്ന നിങ്ങൾ ഈ പാലം പണിത അന്ത്യോക്യയിലെ കോവർകഴുതകളുടെ പുറത്തിരുന്നാണ് യാത്ര ചെയ്യുന്നത്."

യുവാവ് എഴുതിവച്ചത് ജനങ്ങൾ കണ്ടപ്പോൾ, അവരിൽ ചിലർ ചിരിക്കുകയും കുറേപ്പേർ അഭിനന്ദിക്കുകയും ചെയ്തു. കുറേയാളുകൾ പറഞ്ഞു: "അതേ, അതേ ഇത് ആരാണ് ചെയ്തതെന്ന് ഞങ്ങൾക്കറിയാം. അയാൾക്ക് അല്പം വട്ടില്ലേ?"

പക്ഷേ, ഒരു കോവർകഴുത ചിരിച്ചുകൊണ്ട് മറ്റൊരു കോവർകഴുതയോട് പറഞ്ഞു, "നീ ഓർക്കുന്നില്ലേ ഈ കല്ലുകൾ നാം ചുമന്നുകൊണ്ടുവന്നത്? എന്നിട്ടും ആളുകൾ പറഞ്ഞിരുന്നത് ഈ പാലം പണിതത് അന്ത്യോക്യാസ് രാജാവ് ആണെന്നായിരുന്നു."

15

സാദിലെ വയൽ

സാദിലെ നിരത്തിൽവച്ച് ഒരു യാത്രക്കാരൻ അതിനടുത്ത ഗ്രാമത്തിൽ വസിക്കുന്ന ഒരാളെ കണ്ടു. വിശാലമായ ഒരു പാടം ചൂണ്ടിക്കാട്ടിക്കൊണ്ട് യാത്രക്കാരൻ ചോദിച്ചു, "ഇതൊരു യുദ്ധഭൂമി ആയിരുന്നില്ലേ, ഇവിടെ വച്ചല്ലേ അഹ്ലാം രാജാവ് തന്റെ എതിരാളികളെ തോല്പിച്ചത്?"

ഗ്രാമീണൻ മറുപടിയായി പറഞ്ഞു: "ഇവിടം ഒരിക്കലും യുദ്ധഭൂമി ആയിരുന്നില്ല. ഈ പാടത്താണ് ഒരുകാലത്ത് മഹത്തായ സാദ് നഗരം നിലകൊണ്ടത്, അത് കത്തിനശിച്ച് ചാമ്പലായി. പക്ഷേ, ഇപ്പോൾ അതൊരു നല്ല വയലാണ്, അങ്ങനെയല്ലേ?"

യാത്രക്കാരനും ഗ്രാമീണനും പിരിഞ്ഞുപോയി.

അരമൈൽ ദൂരം പോകുന്നതിനുമുമ്പേ യാത്രക്കാരൻ മറ്റൊരാളെ കണ്ടു, വയൽ ചൂണ്ടിക്കാട്ടിക്കൊണ്ട് അയാളോട് ചോദിച്ചു: "അപ്പോൾ ഇവിടെയാണല്ലേ ഒരുകാലത്ത് മഹത്തായ സാദ് നഗരം നിലകൊണ്ടത്, അല്ലേ?"

അപ്പോൾ ആ മനുഷ്യൻ പറഞ്ഞു: "ഈ സ്ഥലത്ത് ഒരിക്കലും ഒരു നഗരം ഉണ്ടായിരുന്നില്ല. പക്ഷേ, ഒരുകാലത്ത് ഇവിടെ ഒരു സന്ന്യാസാശ്രമം ഉണ്ടായിരുന്നു, അത് തെക്കൻ രാജ്യക്കാർ നശിപ്പിക്കുകയും ചെയ്തു.

അധികം കഴിയുന്നതിനുമുമ്പേ, സാദിലെ അതേ നിരത്തിൽവച്ചു തന്നെ യാത്രക്കാരൻ മൂന്നാമതൊരുവനെ കണ്ടുമുട്ടിയപ്പോൾ വീണ്ടും ഒരിക്കൽക്കൂടി വയലിലേക്ക് ചൂണ്ടിക്കൊണ്ട് ചോദിച്ചു, "ഈ സ്ഥലത്ത് ഒരിക്കൽ ഒരു പ്രസിദ്ധമായ സന്ന്യാസാശ്രമം ഉണ്ടായിരുന്നുവെന്നത് ശരിയല്ലേ?"

അപ്പോൾ ആ മനുഷ്യൻ ഉത്തരം പറഞ്ഞു: "ഈ സമീപപ്രദേശ

ഞങ്ങും ഒരിക്കലും ഒരു സന്ന്യാസാശ്രമം ഉണ്ടായിരുന്നില്ല. പക്ഷേ, ഞങ്ങളുടെ പിതാക്കന്മാരും അവരുടെ പൂർവ്വികരും ഞങ്ങളോട് പറഞ്ഞിട്ടുള്ളത്, ഒരുകാലത്ത് ഈ വയലിൽ ഒരു വലിയ വാൽനക്ഷത്രം വീണിരുന്നു, എന്നാണ്.

ഹൃദയം നിറയെ അത്ഭുതവുമായി ആ യാത്രക്കാരൻ നടന്നു. അപ്പോൾ വളരെ വൃദ്ധനായ ഒരാളെ കണ്ടുകൊണ്ട്, അഭിവാദ്യം ചെയ്തു പറഞ്ഞു: "മാന്യമിത്രമേ, ഈ നിരത്തിൽവച്ച് പരിസരവാസികളായ മൂന്നു പേരെ ഞാൻ കണ്ടു. അവരോട് ഈ വയലിനെക്കുറിച്ച് ഞാൻ ചോദിച്ചപ്പോൾ, അവർ ഓരോരുത്തരും മറ്റേയാൾ പറഞ്ഞതിനെ നിഷേധിക്കുകയും അപരൻ പറഞ്ഞതിൽനിന്നും വ്യത്യസ്തമായ ഒരു പുതിയ കഥ പറയുകയും ചെയ്തു."

അപ്പോൾ ആ വൃദ്ധൻ ശിരസുയർത്തിക്കൊണ്ട് മറുപടി നല്കി: "എന്റെ സ്നേഹിതാ, അവർ ഓരോരാളും പറഞ്ഞത് യഥാർത്ഥത്തിൽ വസ്തുത തന്നെയായിരുന്നു; പക്ഷേ, വസ്തുതയെ ഭിന്നമായ മറ്റൊരു വസ്തുതയുമായി ചേർത്ത് അതിൽനിന്നും സത്യം കണ്ടെത്താൻ അറിയുന്നവർ വളരെ വളരെ വിരളമാണ്."

16

സ്വർണ്ണ ബെൽറ്റ്

ഒരിക്കൽ ഗോപുരങ്ങളുടെ നഗരം എന്ന് അറിയപ്പെടുന്ന സലാമിസിലേക്ക് നടന്നുപോകുന്ന രണ്ടുപേർ നിരത്തിൽവച്ച് കണ്ടുമുട്ടി. വൈകുന്നേരമായപ്പോൾ അവർ വീതിയുള്ളൊരു നദിക്കരയെത്തി, അത് കടക്കുന്നതിന് പാലമൊന്നുമില്ലായിരുന്നു. ഒന്നുകിൽ അവർ നദി നീന്തികടക്കണം, അല്ലെങ്കിൽ അറിഞ്ഞുകൂടാത്ത മറ്റൊരു പാത അന്വേഷിക്കണം.

അവർ പരസ്പരം പറഞ്ഞു: "നമുക്ക് നീന്തിക്കടക്കാം. അല്ലെങ്കിലും നദിക്ക് അത്ര വലിയ വീതിയൊന്നും ഇല്ല." അങ്ങനെ അവർ നദിയിലേക്ക് ചാടി നീന്താൻ തുടങ്ങി.

അവരിൽ ഒരുവന് നദികളെക്കുറിച്ചും വെള്ളത്തിന്റെ ഒഴുക്കിനെ കുറിച്ചുമൊക്കെ അറിയാമായിരുന്നെങ്കിലും, നദീമധ്യത്തിലെത്തിയപ്പോൾ പെട്ടെന്ന് നിയന്ത്രണം വിടുകയും ഒഴുക്കിൽപ്പെട്ട് ദൂരേക്ക് പോകുകയും ചെയ്തു. അതേസമയം മുമ്പൊരിക്കലും നീന്തിയിട്ടില്ലാത്ത മറ്റേയാൾ നേരെ നീന്തി മറുകരയിലെത്തി നിലയുറപ്പിച്ചു. അപ്പോഴാണ് തന്റെ കൂട്ടുകാരൻ ഒഴുക്കിൽപ്പെട്ട് മല്ലടിക്കുന്നത് കണ്ടത്. ഉടനെ അയാൾ വീണ്ടും വെള്ളത്തിൽ ചാടി നീന്തി അയാളെക്കൂടി സുരക്ഷിതമായി കരയിലെത്തിച്ചു.

ഒഴുക്കിൽപ്പെട്ടുപോയ ആൾ കൂട്ടുകാരനോട് ചോദിച്ചു: "പക്ഷേ, നിങ്ങളല്ലേ, പറഞ്ഞത് നീന്തൽ വശമില്ലെന്ന്. എങ്കിൽപ്പിന്നെ ഇത്ര ഉറപ്പോടെ എങ്ങനെ നിങ്ങൾക്ക് ഈ നദി മുറിച്ചുകടക്കാൻ കഴിഞ്ഞു?"

രണ്ടാമൻ ഉത്തരമായി പറഞ്ഞു: "എന്റെ സുഹൃത്തേ, എന്നെ ചുറ്റി വരിഞ്ഞിരിക്കുന്ന ഈ ബെൽറ്റ് നിങ്ങൾ കണ്ടോ? അത് നിറയെ സ്വർണ്ണ

നാണയങ്ങളാണ്; എന്റെ ഭാര്യക്കും മക്കൾക്കുമായി ഞാൻ സമ്പാദിച്ചത്, ഒരുവർഷം മുഴുവൻ ജോലി ചെയ്ത് നേടിയത്. ഈ സ്വർണ്ണ ബെൽറ്റിന്റെ ഭാരമാണ് എന്നെ നദി കടത്തിക്കൊണ്ടുവന്നത്, എന്റെ ഭാര്യയുടെയും എന്റെ കുട്ടികളുടെയും അടുത്തേക്ക് ഞാൻ നീന്തുമ്പോൾ എന്റെ ഭാര്യയും എന്റെ കുട്ടികളും എന്റെ തോളുകളിൽ ഉണ്ടായിരുന്നു."

പിന്നീട് അവർ രണ്ടുപേരും ഒരുമിച്ച് സലാമിസിലേക്ക് നടന്നുപോയി.

17

ചുവന്ന മണ്ണ്

മരം മനുഷ്യനോടു പറഞ്ഞു:

"എന്റെ വേരുകൾ ചെമ്മണ്ണിൽ ആഴത്തിലോടിയിട്ടുണ്ട്. എന്റെ പഴത്തിൽ നിന്ന് ഞാൻ നിനക്കും നല്കാം."

മനുഷ്യൻ മരത്തോട് പറഞ്ഞു:

"എത്ര സമന്മാരാണ് നമ്മൾ രണ്ടുപേരുമെന്ന് നോക്കൂ. എന്റെ വേരുകളും ഈ ചെമന്നമണ്ണിൽ ആഴത്തിലുണ്ട്. ഈ ചെമ്മണ്ണാണ് എനിക്ക് ഫലം നല്കാനുള്ള ശക്തി നിനക്കുണ്ടാക്കുന്നത്. അതേ മണ്ണു തന്നെ നിന്നിൽ നിന്ന് നന്ദിപൂർവ്വം സ്വീകരിക്കാൻ എന്നെ പഠിപ്പിക്കുന്നു."

18

പ്രവാചക സന്ന്യാസി

ഒരിക്കൽ ഒരിടത്ത് ഒരു പ്രവാചകസന്ന്യാസി ജീവിച്ചിരുന്നു. മാസത്തിൽ മൂന്നു പ്രാവശ്യം അദ്ദേഹം മഹാനഗരത്തിലും അവിടത്തെ വ്യാപാരസ്ഥലങ്ങളിലും പോകുകയും അവിടെവച്ച് ജനങ്ങളോട് ദാനം ചെയ്യാനും പങ്കുവയ്ക്കാനും ഉപദേശിക്കുകയും ചെയ്യുമായിരുന്നു. നല്ലൊരു വാഗ്മിയായിരുന്ന അദ്ദേഹത്തിന്റെ പ്രശസ്തി നാടെങ്ങും പരന്നു.

ഒരു സായംകാലത്ത് അദ്ദേഹത്തിന്റെ ആശ്രമത്തിലെത്തിയ മൂന്നു പേരെ അദ്ദേഹം സ്വീകരിച്ചിരുത്തി. അവർ പറഞ്ഞു: "അങ്ങ് ദാനം ചെയ്യാനും പങ്കുവയ്ക്കാനും ഉപദേശിക്കുന്നു, അതുപോലെ വല്ലതുമൊക്കെയുള്ളവർ ഒന്നുമില്ലാത്തവർക്ക് കൊടുക്കാനും പഠിപ്പിക്കുന്നു. അങ്ങയുടെ പ്രശസ്തി അങ്ങേക്ക് ധാരാളം ധനം നേടിത്തന്നിട്ടുണ്ടെന്നതിൽ ഞങ്ങൾക്ക് സംശയമേ ഇല്ല. ഇനി അങ്ങയുടെ ധനത്തിൽനിന്ന് ഞങ്ങൾക്കും തരുക, എന്തെന്നാൽ ഞങ്ങൾക്ക് ധാരാളം ആവശ്യങ്ങളുണ്ട്."

ആ സന്ന്യാസി ഉത്തരമായി ഇങ്ങനെ പറഞ്ഞു: "എന്റെ സുഹൃത്തുക്കളേ, ഈ കിടക്കയും ഈ പായും വെള്ളം വച്ചിരിക്കുന്ന ഈ കൂജയുമല്ലാതെ മറ്റൊന്നും എനിക്കില്ല. നിങ്ങൾക്ക് ആവശ്യമുണ്ടെങ്കിൽ അവയെല്ലാം എടുത്തോളൂ. എനിക്ക് സ്വർണ്ണവും വെള്ളിയും ഒന്നുമില്ല."

അപ്പോൾ അവർ നിരാശരായി അദ്ദേഹത്തെ നോക്കി, പിന്നെ അദ്ദേഹത്തിൽനിന്ന് മുഖം തിരിച്ച് നടന്നു. അവസാനത്തെയാൾ വാതിൽപ്പടിയിൽ ഒരുനിമിഷം നിന്നിട്ട് പറഞ്ഞു, "ഓ കള്ളസന്ന്യാസീ! നീയൊരു വഞ്ചകനാണ്! നീ സ്വയം പ്രാവർത്തികമാക്കാത്ത കാര്യങ്ങളാണ് പഠിപ്പിക്കുകയും പ്രസംഗിക്കുകയും ചെയ്യുന്നത്."

19

വളരെ പഴയ വീഞ്ഞ്

ഒരിക്കൽ ഒരു ധനികൻ ജീവിച്ചിരുന്നു. അയാൾ തന്റെ നിലവറയെക്കുറിച്ചും അതിലെ വീഞ്ഞിനെക്കുറിച്ചും, ന്യായമായും അഭിമാനം കൊണ്ടിരുന്നു. അതിലെ ഒരു ഭരണിയിൽ ഏതോ പ്രത്യേകമായ ഒരവസരത്തിലേക്കുവേണ്ടി അയാൾ അതിവിശിഷ്ടമായ പഴയ വീഞ്ഞ് സൂക്ഷിച്ചിരുന്നു.

ആ സംസ്ഥാനത്തെ ഗവർണ്ണർ അയാളെ സന്ദർശിച്ചപ്പോൾ, ആലോചിച്ചശേഷം അയാൾ സ്വയം പറഞ്ഞു, "കേവലം ഒരു ഗവർണ്ണർക്കുവേണ്ടി ആ ഭരണി ഇപ്പോൾ തുറക്കേണ്ട."

പിന്നെ ആ രൂപതയിലെ ബിഷപ്പ് അയാളെ സന്ദർശിച്ചപ്പോൾ അയാൾ സ്വയം പറഞ്ഞു: "ഇല്ല, ആ ഭരണി ഞാൻ തുറക്കുകയില്ല. ഇദ്ദേഹത്തിന് അതിന്റെ മൂല്യം അറിയില്ല, അതിന്റെ സുഗന്ധം അദ്ദേഹത്തിന്റെ നാസാരന്ധ്രങ്ങളിൽ എത്തുകയുമില്ല."

ആ നാട്ടിലെ രാജകുമാരൻ അവിടെയെത്തി അയാളോടൊപ്പം അത്താഴം കഴിച്ചു. പക്ഷേ, അയാൾ വിചാരിച്ചു, "ഈ പയ്യൻരാജകുമാരന് കൊടുക്കാൻ പറ്റിയതിനേക്കാൾ എത്രയോ രാജകീയമായ വീഞ്ഞാണ് അത്."

തന്റെ സ്വന്തം അനന്തിരവന്റെ വിവാഹദിവസംപോലും അയാൾ സ്വയം പറഞ്ഞു: "ഇല്ല, ഈ അതിഥികൾക്കുവേണ്ടി ആ ഭരണിയിലെ വീഞ്ഞ് കൊണ്ടുവരികയില്ല."

അങ്ങനെ വർഷങ്ങൾ കടന്നുപോയി. വൃദ്ധനായ അയാൾ മരിച്ചു. വിത്തുകളെയും പൈൻമരകായകളെയും എന്നപോലെ അയാളെയും കുഴിച്ചിട്ടു.

അയാളുടെ ശവമടക്കിയ അന്ന് ആ പുരാതനമായ ഭരണിയും പുറത്തെടുത്തു. മറ്റ് ഭരണികളിലെ വീഞ്ഞിനോടൊപ്പം. എന്നിട്ട് അയൽപക്കത്തെ കർഷകരെല്ലാം കൂടെ അത് പങ്കിട്ട് കുടിച്ചു. അതിൽ ഒരാൾക്കു പോലും ആ വീഞ്ഞിന്റെ പഴക്കം അറിയില്ലായിരുന്നു.

അവരെ സംബന്ധിച്ചിടത്തോളം, ഒരു കോപ്പയിലേക്ക് ഒഴുക്കുന്നതെല്ലാം വെറും വീഞ്ഞ് മാത്രം.

20

രണ്ട് കവിതകൾ

നൂറ്റാണ്ടുകൾക്കുമുമ്പ്, ഏഥൻസിലേക്കുള്ള നിരത്തിൽ, രണ്ട് കവികൾ കണ്ടുമുട്ടി; പരസ്പരം കാണാൻ കഴിഞ്ഞതിൽ അവർ വളരെ സന്തുഷ്ടരായിരുന്നു.

ഒരു കവി മറ്റേയാളോട് ചോദിച്ചു: "താങ്കൾ ഒടുവിൽ രചിച്ചത് എന്താണ്, താങ്കളുടെ പ്രേമഗീതവുമായി അത് എങ്ങനെ പൊരുത്തപ്പെടുന്നു?"

മറ്റേകവി അഭിമാനത്തോടെ മറുപടി പറഞ്ഞു: "ഞാൻ ഇപ്പോൾ എന്റെ മഹത്തായ കവിത എഴുതിക്കഴിഞ്ഞതേയുള്ളൂ, ഒരുവേള ഗ്രീക്കിൽ എഴുതപ്പെട്ടതിൽ ഏറ്റവും നല്ല കവിത. അത് ദേവേന്ദ്രനായ സിയൂസ് ദേവനുള്ള ഒരു ഈശ്വരസ്തുതിയാണ്."

എന്നിട്ട് തന്റെ കുപ്പായത്തിന്റെ കീഴിൽനിന്ന് ഒരു തുകൽത്താള് എടുത്തുകൊണ്ട് പറഞ്ഞു: "ദാ, നോക്കിയേ, ഞാൻ അതുകൊണ്ടുവന്നിട്ടുണ്ട്, അത് താങ്കളെ വായിച്ച് കേൾപ്പിക്കാൻ ഞാൻ ആഗ്രഹിക്കുന്നു. വരൂ, നമുക്ക് ആ വെള്ള സൈപ്രസ് മരത്തിന്റെ തണലിൽ ഇരിക്കാം."

പിന്നീട് കവി ആ കവിത വായിച്ചു. അതൊരു നീണ്ട കവിതയായിരുന്നു.

മറ്റേ കവി ദയയോടെ പറഞ്ഞു: "ഇതൊരു മഹത്തായ കവിതയാണ്. ഇത് യുഗങ്ങളോളം ജീവിക്കും; അതിലൂടെ താങ്കളും മഹത്ത്വവൽക്കരിക്കപ്പെടും."

അപ്പോൾ ആദ്യത്തെ കവി ശാന്തമായി ചോദിച്ചു: "താങ്കൾ ഈ അടുത്ത ദിവസങ്ങളിൽ എന്താണ് എഴുതിയത്?"

മറ്റേ കവി മറുപടി പറഞ്ഞു: "ഞാൻ വളരെ കുറച്ചേ എഴുതിയുള്ളൂ, ഒരു തോട്ടത്തിൽ കളിക്കുന്ന കുട്ടിയെക്കുറിച്ചുള്ള ഓർമ്മകൾ പേറുന്ന എട്ട് വരികൾ മാത്രം." അയാൾ ആ വരികൾ ഉദ്ധരിച്ച് കേൾപ്പിച്ചു.

ആദ്യത്തെ കവി പറഞ്ഞു, "അത്ര മോശമല്ല, അത്ര മോശമല്ല."

അങ്ങനെ അവർ പിരിഞ്ഞു പോയി.

ഇപ്പോൾ രണ്ടായിരം വർഷങ്ങൾക്കുശേഷവും ആ ഒരു കവിയുടെ എട്ടുവരികൾ എല്ലാ ഭാഷകളിലും വായിക്കപ്പെടുന്നു, ഏവരും അതിനെ സ്നേഹിക്കുകയും പരിപോഷിപ്പിക്കുകയും ചെയ്യുന്നു.

മറ്റേ കവിതയും തീർച്ചയായും യുഗങ്ങൾ കടന്ന് വന്നിട്ടുണ്ട്, വായനശാലകളിലും പണ്ഡിതന്മാരുടെ മുറികളിലുമായിട്ട്, അത് സ്മരിക്കപ്പെടുമെങ്കിലും സ്നേഹിക്കപ്പെടുകയോ പാരായണം ചെയ്യപ്പെടുകയോ ചെയ്യുന്നില്ല.

21

റൂത്ത് എന്ന മഹതി

ഒരിക്കൽ ഹരിതാഭമായ കുന്നിൻമുകളിലെ ഏകാന്തമായ വെളുത്ത ഭവനത്തെ ദൂരെ നിന്ന് മൂന്ന് പുരുഷന്മാർ വീക്ഷിച്ചു.

ഒരാൾ പറഞ്ഞു: "അത് റൂത്തിന്റെ വീടാണ്. പ്രായം ചെന്ന ഒരു മന്ത്രവാദിനിയാണവൾ."

രണ്ടാമത്തവൻ പറഞ്ഞു: "തെറ്റി, തനിക്കു തെറ്റി. റൂത്ത് സുന്ദരിയായ ഒരു സ്ത്രീയാണ്. അവൾ തന്നെ തന്റെ കിനാവുകൾക്കായി സമർപ്പിച്ചിരിക്കുന്നു."

മൂന്നാമൻ പറഞ്ഞു: "നിങ്ങൾ രണ്ടുപേർ പറഞ്ഞതും ശരിയല്ല. റൂത്ത് വിശാലമായ ഈ സ്ഥലത്തിനുടമ, അടിമകളുടെ ചോരയൂറ്റിക്കുടിക്കുന്നവൾ."

അങ്ങനെ റൂത്ത് എന്ന മഹതിയെക്കുറിച്ച് ചർച്ചചെയ്തുകൊണ്ട് അവർ നടന്നു.

നാൽക്കവലയിൽ അവർ ഒരു വൃദ്ധനെ കണ്ടു. ഒരാൾ അദ്ദേഹത്തോടു ചോദിച്ചു.

"ആ കുന്നിന്മുകളിലെ വെളുത്ത ഭവനത്തിൽ താമസിച്ചിരുന്ന റൂത്തിനെക്കുറിച്ച് താങ്കൾക്കറിയാമോ?"

വൃദ്ധൻ തലയുയർത്തി അവരെ നോക്കി മന്ദഹസിച്ചു.

"എനിക്കിപ്പോൾ തൊണ്ണൂറായി വയസ്സ്. ഞാനൊരു കൊച്ചുകുഞ്ഞായിരുന്നപ്പോൾ മുതൽ റൂത്തിനെക്കുറിച്ചോർക്കുന്നു. പക്ഷേ, റൂത്ത് മരിച്ചുപോയി, എട്ടുവർഷംമുമ്പ്, ആ ഭവനം ഇപ്പോൾ ശൂന്യമാണ്. ചിലപ്പോൾ മൂങ്ങകൾ മൂളുന്ന ശബ്ദം കേൾക്കാം. ആളുകൾ പറയുന്നു, അവിടെ പ്രേതബാധയുണ്ടെന്ന്.

22

എലിയും പൂച്ചയും

ഒരിക്കൽ ഒരു സായാഹ്നത്തിൽ ഒരു കവി ഒരു കൃഷിക്കാരനെ കണ്ടു. കവി സ്വല്പം അകലംവിട്ട് നിന്നു, കൃഷിക്കാരൻ നാണക്കാരനായിരുന്നു, എങ്കിലും അവർ സംസാരത്തിലേർപ്പെട്ടു.

കൃഷിക്കാരൻ പറഞ്ഞു: "ഈ അടുത്തയിടെ ഞാൻ കേട്ട ഒരു കൊച്ചുകഥ പറയട്ടെ. ഒരു എലി കെണിയിൽപ്പെട്ടു. അവൻ സന്തോഷത്തോടെ അതിനകത്ത് കിടന്ന പാൽക്കട്ടി തിന്നുകൊണ്ടിരുന്നപ്പോൾ, ഒരു പൂച്ച അരികിൽ നിൽക്കുന്നത് കണ്ടു. പെട്ടെന്ന് എലി ഒന്ന് ഞെട്ടിയെങ്കിലും, അവന് അറിയാമായിരുന്നു ആ കെണിക്കുള്ളിൽ അവൻ സുരക്ഷിതനാണെന്ന്.

അപ്പോൾ പൂച്ച പറഞ്ഞു: "എന്റെ സുഹൃത്തേ നീ നിന്റെ അവസാനത്തെ ആഹാരമാണ് കഴിക്കുന്നത്."

"അതെ." എലി മറുപടി പറഞ്ഞു. "എനിക്ക് ഒരു ജീവിതമേയുള്ളൂ. അതുകൊണ്ട് ഒരു മരണവും. പക്ഷേ, നിന്റെ ഗതിയോ? ആൾക്കാർ എന്നോടു പറയുന്നു, നിനക്ക് ഒൻപത് ജീവിതങ്ങൾ ഉണ്ടെന്ന്. അതിന്റെയർത്ഥം നീ ഒൻപത് പ്രാവശ്യം മരിക്കേണ്ടവനാണ് എന്നല്ലേ?"

എന്നിട്ട് കൃഷിക്കാരൻ കവിയെ നോക്കി ചോദിച്ചു, "ഇതൊരു വിചിത്രമായ കഥയല്ലേ?"

കവി അയാളോട് മറുപടിയൊന്നും പറയാതെ നടന്നുപോയി. പക്ഷേ, അദ്ദേഹം മനസ്സിൽ പറഞ്ഞുകൊണ്ടിരുന്നു, "തീർച്ചയായും, നമുക്ക് ഒൻപത് ജീവിതങ്ങളുണ്ട്, ഒൻപത് ജീവിതങ്ങൾ തീർച്ചയായുമുണ്ട്. നമ്മൾ ഒൻപത് പ്രാവശ്യം മരിക്കണം, മരിക്കേണ്ടത് ഒൻപത് പ്രാവശ്യം. ഒരുപക്ഷേ, ഒരേയൊരു ജീവിതമുണ്ടായിരിക്കുന്നതാവാം നല്ലത്, ഒരു കെണിയിൽ പെട്ട ഒരു കൃഷിക്കാരന്റെ ജീവിതം, അവസാനത്തെ ആഹാരമായി ഒരുതുണ്ട് പാൽക്കട്ടിയും. എങ്കിലും മരുഭൂമിയിലെയും വനത്തിലെയും സിംഹങ്ങളുടെ ബന്ധുക്കളല്ലേ നമ്മൾ?"

23

ശാപം

ഒരിക്കൽ ഒരു വൃദ്ധ നാവികൻ എന്നോട് പറഞ്ഞു: "മുപ്പത് വർഷം മുമ്പേ ഒരു നാവികൻ എന്റെ മകളുമായി ഒളിച്ചോടിപ്പോയി. അപ്പോൾ ഞാൻ അവരെ രണ്ടുപേരെയും ഹൃദയംനൊന്ത് ശപിച്ചു, എന്തെന്നാൽ ഈ ലോകത്തിൽ ഞാൻ ഏറ്റവുമധികം സ്നേഹിച്ചത് എന്റെ മകളെയാണ്.

"അധികം കഴിയുന്നതിനുമുമ്പേ ആ നാവികൻ നൗകയോടൊപ്പം കടലിനടിയിലേക്ക് താണുപോയി; അവനോടൊപ്പം എന്റെ സുന്ദരിയായ മകളെയും എനിക്ക് നഷ്ടമായി.

"ഇപ്പോൾ നിങ്ങൾ എന്നിലേക്ക് നോക്കൂ. നിങ്ങൾ കാണുന്നത് ഒരു തരുണന്റെയും തരുണിയുടെയും ഘാതകനെയാണ്. എന്റെ ശാപമാണ് അവരെ നശിപ്പിച്ചത്. ഇപ്പോൾ ശ്മശാനത്തിലേക്കുള്ള വഴിയിൽ ഞാൻ ദൈവത്തോട് മാപ്പപേക്ഷിക്കുകയാണ്."

ഇത്രയും ആ വൃദ്ധൻ പറഞ്ഞതാണ്. പക്ഷേ, അയാളുടെ വാക്കുകളിൽ ഒരു പൊങ്ങച്ചത്തിന്റെ ധ്വനി ഉണ്ടായിരുന്നു, തന്റെ ശാപത്തിന്റെ ശക്തിയിൽ അയാൾ ഇപ്പോഴും ഊറ്റംകൊള്ളുന്നതുപോലെ തോന്നി.

24

മാതളപ്പഴങ്ങൾ

ഒരിടത്ത് ഒരാളുടെ തോട്ടത്തിൽ ധാരാളം മാതളച്ചെടികൾ ഉണ്ടായിരുന്നു. ശരത്കാലത്ത് അയാൾ വെള്ളിത്തളികകളിൽ മാതളപ്പഴങ്ങൾ നിരത്തി തന്റെ വാസസ്ഥലത്തിന് വെളിയിൽ വച്ചേക്കും; തളികകളിൽ ഇപ്രകാരം എഴുതി ഒരു കുറിപ്പും വച്ചേക്കും, "നിങ്ങൾക്ക് സ്വാഗതം. ഒരെണ്ണം സൗജന്യമായി എടുക്കാം."

പക്ഷേ, ആൾക്കാർ അതുവഴി കടന്നുപോയെങ്കിലും ആരും തന്നെ പഴമൊന്നും എടുത്തില്ല.

അപ്പോൾ അയാൾ ഗാഢമായി ആലോചിച്ച്, ഒരു തീരുമാനത്തിലെത്തി. അടുത്ത ശരത്കാലം ആയപ്പോൾ അയാൾ വീടിനു വെളിയിൽ വെള്ളിത്തളികകളിൽ മാതളപ്പഴങ്ങൾ വച്ചില്ല. പക്ഷേ, വലിയ അക്ഷരങ്ങളിൽ ഇപ്രകാരമൊരു ബോർഡ് സ്ഥാപിച്ചു:

"ഇവിടെ നിങ്ങൾക്ക് രാജ്യത്തെ ഏറ്റവും നല്ല മാതളപ്പഴങ്ങൾ ലഭ്യമാണ്; എന്നാൽ മറ്റുള്ള മാതളപ്പഴത്തേക്കാൾ കൂടിയ വിലയ്ക്കാണ് ഞങ്ങൾ അത് വിൽക്കുന്നത്."

അപ്പോൾ നോക്കണേ, ചുറ്റുവട്ടത്തുള്ള സ്ത്രീ പുരുഷന്മാരായ എല്ലാ മനുഷ്യരും അവ വാങ്ങാനായി ഓടിയെത്തി.

25

ഏകദൈവവും അനേക ദൈവങ്ങളും

കിലാഫിസ് നഗരത്തിലെ ദേവാലയത്തിന്റെ കൽപ്പടവുകളിൽനിന്ന് ഒരു വിതണ്ഡതാർക്കികൻ പല ദൈവങ്ങളെക്കുറിച്ചും പ്രസംഗിച്ചു. അപ്പോൾ ജനങ്ങൾ മനസ്സിൽ പറഞ്ഞു: 'ഇതൊക്കെ ഞങ്ങൾക്ക് അറിയാം. അവർ ഞങ്ങളോടൊപ്പം ജീവിക്കുകയും ഞങ്ങൾ പോകുന്നിടത്തെല്ലാം പിന്തുടരുകയും ചെയ്യുന്നുണ്ടല്ലോ?'

അധികം താമസിയാതെ മറ്റൊരാൾ ചന്തസ്ഥലത്തുനിന്ന് ജനങ്ങളോട് പ്രസംഗിച്ചു, "ദൈവം ഇല്ല" അദ്ദേഹത്തെ ശ്രവിച്ച പലർക്കും ആ അഭിപ്രായത്തിൽ സന്തോഷം തോന്നി, എന്തെന്നാൽ അവർ ദൈവങ്ങളെ ഭയപ്പെട്ടിരുന്നു.

മറ്റൊരു ദിവസം വലിയ വാഗ്മിയായ ഒരാൾ വന്ന് പ്രസംഗിച്ചു, "ഒരേയൊരു ദൈവമേയുള്ളൂ." ഇപ്പോൾ ജനങ്ങൾക്ക് അസ്ഥാളിപ്പായി, എന്തെന്നാൽ അവർ പല ദൈവങ്ങളുടേതിനേക്കാൾ ഒരു ദൈവത്തിന്റെ വിധിയെ മനസ്സിൽ ഭയപ്പെട്ടു.

ആ വേനൽക്കാലത്ത് മറ്റൊരുവൻ കൂടി വന്നു; അയാൾ ജനങ്ങളോട് പറഞ്ഞു, "മൂന്ന് ദൈവങ്ങളുണ്ട്, അവർ വായുവിന്റെ മുകളിൽ ഒന്നായി വസിക്കുന്നു, അവർക്ക് വിശാലവും കരുണാമയിയുമായ ഒരു മാതാവുണ്ട് അവർ തന്നെ അവരുടെ ഇണയും സഹോദരിയും കൂടെയാണ്."

അപ്പോൾ എല്ലാവർക്കും ആശ്വാസം ലഭിച്ചു, എന്തെന്നാൽ അവർ രഹസ്യമായി പറഞ്ഞു: "ഒന്നിൽതന്നെ മൂന്ന് ദൈവങ്ങൾ ഉണ്ടെങ്കിൽ നമ്മുടെ പിഴകളിൽ അവർക്ക് അഭിപ്രായവ്യത്യാസമുണ്ടാകണം, അതിനു

പുറമേ, അവരുടെ ദയാനിധിയായ മാതാവ് ബലഹീനരായ പാവപ്പെട്ട നമുക്കുവേണ്ടി വാദിക്കുകയും ചെയ്യും."

എന്നിട്ടും ഇന്നും കിലാഫിസ് നഗരത്തിൽ നിരവധി ദൈവങ്ങളെക്കുറിച്ചും ഏകദൈവത്തെക്കുറിച്ചും ഒന്നായിത്തീർന്ന മൂന്ന് ദൈവത്തെക്കുറിച്ചും കരുണാമയിയായ ദൈവങ്ങളുടെ മാതാവിനെക്കുറിച്ചുമൊക്കെ വാദിക്കുകയും ശണ്ഠകൂടുകയും ചെയ്യുന്ന ആളുകളുണ്ട്.

26

ബധിരയായിരുന്ന ഒരുവൾ

ഒരിടത്ത് ഒരു ധനികൻ ജീവിച്ചിരുന്നു. അയാളുടെ ഭാര്യ സുന്ദരിയായിരുന്നു, പക്ഷേ, പൂർണ്ണമായും ബധിരയും.

ഒരുദിവസം അവർ പ്രഭാതഭക്ഷണം കഴിച്ചുകൊണ്ടിരിക്കുമ്പോൾ, അവർ അദ്ദേഹത്തോട് പറഞ്ഞു: "ഇന്നലെ ഞാൻ കമ്പോളത്തിൽ പോയിരുന്നു, അവിടെ എന്തെല്ലാം പ്രദർശിപ്പിച്ചിരുന്നെന്നോ ഡമാസ്കസിൽ നിന്നുള്ള പട്ടുവസ്ത്രങ്ങൾ, ഇന്ത്യയിൽനിന്നുള്ള തൂവാലകൾ, പേർഷ്യയിൽനിന്നുള്ള നെക്ലേസുകൾ യമനിൽനിന്നുള്ള കൊലുസുകൾ, അങ്ങനെ പലതും. സാർത്ഥകവാഹക സംഘങ്ങൾ അവയെല്ലാം ഇപ്പോൾ നമ്മുടെ നഗരത്തിൽ എത്തിച്ചിട്ടേയുള്ളൂവെന്ന് തോന്നുന്നു. എന്നെ നോക്കിക്കേ, ഈ പഴയ വേഷത്തിൽ. എന്നിട്ടും ഒരു ധനികന്റെ ഭാര്യയാണത്രേ. എനിക്കും അതുപോലുള്ള സുന്ദരമായ സാധനങ്ങൾ കുറേ വേണം."

അപ്പോഴും കാപ്പികുടിച്ചുകൊണ്ടിരിക്കുകയായിരുന്ന ഭർത്താവ് പറഞ്ഞു: "എന്റെ പ്രിയപ്പെട്ടവളേ, നീ ഏറ്റവും ഇഷ്ടപ്പെടുന്ന സാധനങ്ങളെല്ലാം തെരുവിൽപ്പോയി വാങ്ങിക്കാതിരിക്കാൻ യാതൊരു കാരണവുമില്ല."

ബധിരയായ ആ ഭാര്യ പറഞ്ഞു: "വേണ്ടെന്നോ! നിങ്ങൾ എപ്പോഴും, 'വേണ്ട, വേണ്ട' എന്ന് പറയും. ഞാൻ പഴകിയ വസ്ത്രങ്ങൾ ധരിച്ച് നമ്മുടെ സുഹൃത്തുക്കളുടെയിടയിൽ പ്രത്യക്ഷപ്പെടേണ്ട ആവശ്യമുണ്ടോ, നിങ്ങളുടെ സമ്പത്തിനെയും എന്റെ ആൾക്കാരെയും അവഹേളിക്കാൻവേണ്ടി?"

അപ്പോൾ ഭർത്താവ് പറഞ്ഞു: "വേണ്ട, എന്നല്ല ഞാൻ പറഞ്ഞത്, നീ സന്തോഷമായി കമ്പോളത്തിൽപ്പോയി, നമ്മുടെ നഗരത്തിൽ വന്നി

ട്ടുള്ളതിൽവച്ച് ഏറ്റവും സുന്ദരമായ ഉടുപ്പുകളും ആഭരണങ്ങളും വാങ്ങിക്കോളൂ."

പക്ഷേ, വീണ്ടും അവൾ അയാളുടെ വാക്കുകളെ തെറ്റായി കേട്ടിട്ട് ഇങ്ങനെ മറുപടി പറഞ്ഞു: "എല്ലാ ധനികരിലും വച്ച് ഏറ്റവും പിശുക്കനാണ് നിങ്ങൾ. കാണാൻ കൊള്ളാവുന്ന സുന്ദരവസ്തുക്കളെല്ലാം നിങ്ങൾ എനിക്ക് നിഷേധിക്കുന്നു; അതേസമയം എന്റെ പ്രായക്കാരായ മറ്റ് സ്ത്രീകൾ വിലപിടിപ്പുള്ള വസ്ത്രങ്ങൾ ധരിച്ച് നഗരത്തിലെ പൂന്തോട്ടങ്ങളിൽ നടക്കുന്നു."

എന്നിട്ട് അവൾ കരയാൻ തുടങ്ങി. കണ്ണീർക്കണങ്ങൾ മാറിടത്തിൽ വീണപ്പോൾ അവൾ വീണ്ടും ഉറക്കെ പറഞ്ഞു: "ഞാൻ ഒരു ഉടുപ്പോ ആഭരണമോ ആശിച്ചാൽ നിങ്ങൾ എപ്പോഴും 'വേണ്ടാ, വേണ്ടാ,' എന്നേ പറയൂ."

ഇതുകേട്ട ഭർത്താവ് അസ്വസ്ഥനായി, അദ്ദേഹം എണീറ്റ് തന്റെ മടിശീലയിൽനിന്ന് ഒരുപിടി സ്വർണ്ണനാണയങ്ങൾ എടുത്ത് അവളുടെ മുന്നിൽ വച്ചിട്ട് സ്നേഹപൂർവ്വം പറഞ്ഞു: "എന്റെ പ്രിയപ്പെട്ടവളേ, നീ കമ്പോളത്തിൽപ്പോയി, നിനക്ക് ആവശ്യമുള്ളതെല്ലാം വാങ്ങിക്കോളൂ."

അന്നുമുതൽ യുവതിയായ ആ ബധിരഭാര്യ, എന്തെങ്കിലും ആഗ്രഹിച്ചാലുടനെ, കണ്ണുകളിൽ കണ്ണീർമുത്തുകളുമായി അവളുടെ ഭർത്താവിന്റെ മുമ്പിൽ പ്രത്യക്ഷപ്പെടും. അദ്ദേഹം നിശ്ശബ്ദനായി ഒരുപിടി സ്വർണ്ണനാണയങ്ങളെടുത്ത് അവളുടെ മടിയിൽ വച്ചുകൊടുക്കുകയും ചെയ്യും.

അങ്ങനെയിരിക്കെ, യാദൃച്ഛികമായി കണ്ടുമുട്ടിയ ഒരു യുവാവുമായി ഈ യുവതി പ്രണയത്തിലായി. ആ യുവാവിനാകട്ടെ ദീർഘയാത്രകൾക്ക് പോകുന്ന ഒരു സ്വഭാവമുണ്ടായിരുന്നു. അങ്ങനെ അവൻ ദൂരെയായിരിക്കുമ്പോഴൊക്കെ അവൾ സ്വന്തം മുറിയിലിരുന്ന് തേങ്ങിക്കരയും.

തന്റെ ഭാര്യ ഇങ്ങനെ തേങ്ങിക്കരയുന്നത് കാണുമ്പോൾ, അയാൾ മനസ്സിൽ പറയും, "ഏതെങ്കിലും പുതിയ സാർത്ഥവാഹകസംഘങ്ങൾ വന്നുകാണും; തെരുവിൽ ഏതോ പട്ടുടയാടകളും അപൂർവ്വമായ ആഭരണങ്ങളും എത്തിയിട്ടുണ്ടാവും."

എന്നിട്ട് ഒരുപിടി സ്വർണ്ണനാണയങ്ങൾ എടുത്ത് അയാൾ അവളുടെ മുന്നിൽ വച്ചുകൊടുക്കും.

27

അന്വേഷണം

ഒരായിരം വർഷങ്ങൾക്ക് മുമ്പ് ലെബനണിലെ ഒരു കുന്നിൽ ചരുവിൽ വച്ച് രണ്ട് ദാർശനികർ കണ്ടുമുട്ടി. ഒരാൾ അപരനോട് ചോദിച്ചു. "താങ്കൾ എങ്ങോട്ട് പോകുന്നു?"

അപരൻ മറുപടി പറഞ്ഞു: "ഞാൻ മൃത്യുവിന്റെ നിഗൂഢത അന്വേഷിക്കുകയാണ്. അതിരിക്കട്ടെ, താങ്കൾ എന്താണ് അന്വേഷിക്കുന്നത്?"

ആദ്യത്തെയാൾ പറഞ്ഞു: "യുവത്വത്തിന്റെ ഉറവിടം അന്വേഷിച്ചാണ് ഞാൻ എത്തിയത്, ഈ കുന്നുകളിൽനിന്നാണ് അത് ഉത്ഭവിക്കുന്നതെന്ന് എനിക്കറിയാം. സൂര്യോന്മുഖമായി പുഷ്പിക്കുന്ന ആ ഉറവയെക്കുറിച്ചുള്ള ലിഖിതങ്ങൾ ഞാൻ കണ്ടിട്ടുണ്ട്."

അപ്പോൾ ആ ദാർശനികർക്ക് ഓരോരുത്തർക്കും മനസ്സിലായി അപരന് തന്റെ മഹത്തായ ശാസ്ത്രത്തെക്കുറിച്ച് ഒന്നും അറിയില്ലെന്ന്. പിന്നെ അവർ കലഹിക്കാൻ തുടങ്ങി, പരസ്പരം ആത്മീയ അന്ധതയെക്കുറിച്ച് ആരോപിക്കുകയും ചെയ്തു.

അവരുടെ തർക്കം ഉച്ചത്തിലായപ്പോൾ, ഒരു അപരിചിതൻ, തന്റെ സ്വന്തം ഗ്രാമത്തിൽ വെറുമൊരു സാധാരണക്കാരനായി കരുതപ്പെട്ടിരുന്നയാൾ, അതുവഴി കടന്നുപോകുമ്പോൾ അവരുടെ ചൂടുപിടിച്ച തർക്കം കേട്ട്, അല്പനേരം നിന്ന് അവരുടെ വാദങ്ങൾ ശ്രദ്ധിച്ചു.

പിന്നീട് അവരുടെയടുത്തേക്ക് വന്ന് അയാൾ പറഞ്ഞു: "എന്റെ നല്ല ചങ്ങാതിമാരേ, നിങ്ങൾ രണ്ടാളും യഥാർത്ഥത്തിൽ ഒരേ തത്ത്വശാസ്ത്ര ശാഖയിൽ പെടുന്നവരാണെന്ന് തോന്നുന്നു. തന്നെയുമല്ല നിങ്ങൾ ഒരേ കാര്യത്തെക്കുറിച്ചാണ് സംസാരിക്കുന്നത്, നിങ്ങൾ വ്യത്യസ്ത വാക്കുകളിൽ സംസാരിക്കുന്നുവെന്ന് മാത്രം. നിങ്ങളിൽ ഒരാൾ യുവത്വത്തിന്റെ ഉറവിടം അന്വേഷിക്കുന്നു, അപരൻ മൃത്യുവിന്റെ നിഗൂഢത അന്വേഷി

ക്കുന്നു. വാസ്തവത്തിൽ അവ രണ്ടും ഒന്നുംതന്നെ. ഒന്നായ അവ നിങ്ങളിൽ രണ്ടുപേരിലും വസിക്കുകയും ചെയ്യുന്നു."

എന്നിട്ട് ആ അപരിചിതൻ നടന്നുപോകുന്നതിനിടയിൽ പറഞ്ഞു: "ദാർശനികരേ, വിട" അയാൾ അവരെവിട്ട് അല്പം ദൂരത്തെത്തിയപ്പോൾ ഒതുക്കത്തോടെ ഒന്ന് ചിരിച്ചു.

രണ്ട് ദാർശനികരും നിശ്ശബ്ദമായി പരസ്പരം ഒരുനിമിഷം നോക്കി, എന്നിട്ട് അവരും ചിരിച്ചു. അവരിൽ ഒരാൾ പറഞ്ഞു, "അത് കൊള്ളാം, ഇനി നമുക്ക് ഒരുമിച്ചുനടന്ന് അന്വേഷിച്ചുകൂടേ?"

28

ചെങ്കോൽ

രാജാവ് തന്റെ ഭാര്യയോട് പറഞ്ഞു: "മഹതീ, താൻ യഥാർത്ഥ ത്തിൽ ഒരു രാജ്ഞിയല്ല എന്റെ ഇണയായിരിക്കാൻ പറ്റാത്തവിധം സംസ്കാരശൂന്യയും സൗമ്യശീലം ഇല്ലാത്തവളുമാണ്."

ഭാര്യ അദ്ദേഹത്തോട് പറഞ്ഞു: "മഹാനേ, താങ്കൾ സ്വയം രാജാ വാണെന്ന് ഭാവിക്കുന്നു, പക്ഷേ, യഥാർത്ഥത്തിൽ വെറുതെ ഒച്ചയുണ്ടാ ക്കുന്ന ഒരു പീറയാണ് താങ്കൾ."

ഈ വാക്കുകൾ രാജാവിനെ കുപിതനാക്കി, അയാൾ കൈകൾ ഉയർത്തി തന്റെ ചെങ്കോൽ എടുത്തു. എന്നിട്ട് രാജ്ഞിയുടെ നെറ്റിയിൽ ആ സുവർണ്ണ ചെങ്കോലുകൊണ്ട് അടിച്ചു.

ആ സമയത്ത് അവിടേക്ക് കടന്നുവന്ന കൊട്ടാരത്തിലെ കാര്യവി ചാരിപ്പുകാരനായ പ്രഭു പറഞ്ഞു: "കൊള്ളാം കൊള്ളാം, മഹാരാജാവേ, ഈ രാജ്യത്തെ ഏറ്റവും മഹാനായ ശില്പിയാണ് ആ ചെങ്കോലിന്റെ രൂപകല്പന നടത്തിയത്. ഒരിക്കൽ അങ്ങും ഈ രാജ്ഞിയും വിസ്മരി ക്കപ്പെട്ടേക്കാം, പക്ഷേ, ഈ ചെങ്കോൽ സൂക്ഷിക്കപ്പെടും, തലമുറ യിൽനിന്ന് തലമുറയിലേക്ക് ഒരു സുന്ദരശില്പമായി കൈമാറപ്പെടും. അതുമല്ല അങ്ങ് ഇപ്പോൾ മഹാരാജ്ഞിയുടെ ശിരസ്സിൽനിന്ന് രക്തം ഒഴു ക്കിയതുകൊണ്ട്, രാജാവേ, ഈ ചെങ്കോൽ അത്യധികം പരിഗണിക്ക പ്പെടുകയും സ്മരിക്കപ്പെടുകയും ചെയ്യും.

29

വഴി

ഒരിടത്ത് കുന്നുകളുടെയിടയിൽ ഒരു സ്ത്രീയും അവളുടെ പുത്രനും താമസിച്ചിരുന്നു, അവൻ അവളുടെ ആദ്യജാതനും ഏക സന്താനവുമായിരുന്നു.

ആ പുത്രൻ പനി ബാധിച്ച് മരിച്ചുപോയി. വൈദ്യൻ സമീപത്ത് നിൽക്കുമ്പോൾ തന്നെ.

സങ്കടംകൊണ്ട് വിവശയായ ആ അമ്മ, കരഞ്ഞുകൊണ്ട് വൈദ്യരോട് അന്വേഷിച്ചു: "പറയൂ എന്നോടു പറയൂ, അവന്റെ ശരീരം നിശ്ചലമാക്കിയതും ഗാനം നിശ്ശബ്ദമാക്കിയതും എന്തുകൊണ്ടാണ്?"

അപ്പോൾ വൈദ്യൻ പറഞ്ഞു: "അത് പനിമൂലമാണ്."

അമ്മ ചോദിച്ചു: "എന്താണ് ഈ പനി?"

വൈദ്യൻ മറുപടി പറഞ്ഞു: "അത് വിശദീകരിക്കാൻ എനിക്ക് ആവില്ല. നമ്മുടെ ശരീരത്തിൽ സന്ദർശനം നടത്തുന്ന അതീവസൂക്ഷ്മമായ ഒന്നാണത്. മനുഷ്യനേത്രങ്ങൾകൊണ്ട് അതിനെ കാണാനും കഴിയില്ല."

സായാഹ്നമായപ്പോൾ പുരോഹിതൻ അവളെ ആശ്വസിപ്പിക്കാൻ വന്നു. കരഞ്ഞുകൊണ്ട് ഉച്ചത്തിൽ അവൾ പറഞ്ഞു: "ഓ എങ്ങനെ എനിക്കെന്റെ പുത്രനെ നഷ്ടമായി, എന്റെ ഏകമകൻ, എന്റെ ആദ്യജാതൻ?"

പുരോഹിതൻ മറുപടി പറഞ്ഞു: "എന്റെ കുഞ്ഞേ അത് ദൈവനിശ്ചയമാണ്."

അപ്പോൾ ആ സ്ത്രീ ചോദിച്ചു: "എന്താണ് ദൈവം, എവിടെയാണ് ദൈവം? എനിക്ക് ദൈവത്തെ കാണണം, എന്നിട്ട് അവന്റെ മുന്നിൽ വച്ച് എന്റെ മാറ് പിളർന്ന്, എന്റെ ഹൃദയരക്തം അവന്റെ പാദങ്ങളിൽ ഒഴുക്കും. എന്നോടു പറയൂ. എവിടെയാണ് എനിക്ക് അവനെ കാണാൻ കഴിയുക?"

പുരോഹിതൻ പറഞ്ഞു: "ദൈവം അനന്ത വിസ്തൃതനാണ്. നമ്മുടെ മനുഷ്യനേത്രങ്ങൾകൊണ്ട് അവനെ കാണാൻ കഴിയില്ല."

അപ്പോൾ ആ സ്ത്രീ ഉച്ചത്തിൽ വിളിച്ചു പറഞ്ഞു: "അനന്തവിസ്തൃതമായ ഒന്നിന്റെ നിശ്ചയപ്രകാരം അതീവസൂക്ഷ്മമായ ഒന്ന് എന്റെ മകനെ കൊന്നു! അപ്പോൾ പിന്നെ നമ്മൾ എന്താണ്? നമ്മൾ എന്താണ്?"

ആ സമയം ആ സ്ത്രീയുടെ അമ്മ ആ മുറിയിലേക്ക് കടന്നുവന്നു, മരിച്ച കുട്ടിക്കുള്ള ശവക്കച്ചയുമായിട്ട്. അവർ ആ പുരോഹിതന്റെ വാക്കുകളും തന്റെ പുത്രിയുടെ കരച്ചിലും കേട്ടിരുന്നു. അവർ ശവക്കച്ച താഴെയിട്ടിട്ട്, തന്റെ പുത്രിയുടെ കൈപിടിച്ച് സ്വന്തം കൈയിൽ വച്ചുകൊണ്ട് പറഞ്ഞു: "എന്റെ മോളേ നമ്മൾ തന്നെയാണ് അതീവസൂക്ഷ്മവും അനന്തവിസ്തൃതവുമൊക്കെ; അതിന് രണ്ടിനും ഇടയിലുള്ള വഴിയും നമ്മൾതന്നെ."

30

തിമിംഗലവും ചിത്രശലഭവും

ഒരു സായാഹ്നത്തിൽ ഒരു പുരുഷനും ഒരു സ്ത്രീയും തമ്മിൽ ഒരു സവാരി വണ്ടിയിൽവച്ച് കണ്ടുമുട്ടി. അവർ അതിന് മുമ്പും കണ്ടിരുന്നു.

അയാൾ ഒരു കവിയായിരുന്നു, അവളുടെ സമീപമിരുന്നപ്പോൾ കഥകൾ പറഞ്ഞ് അവളെ രസിപ്പിക്കാമെന്ന് അയാൾ കരുതി, ചിലതൊക്കെ അയാൾ സ്വയം രചിച്ചവയായിരുന്നു. എന്നാൽ ചിലത് അയാളുടേതല്ലായിരുന്നു.

പക്ഷേ, കഥപറയുന്നതിനിടയിൽ തന്നെ ആ സ്ത്രീ ഉറങ്ങിപ്പോയി. അതിനിടെ വണ്ടി പെട്ടെന്ന് കുലുങ്ങിയപ്പോൾ അവൾ ഉണർന്നു, എന്നിട്ട് അവൾ പറഞ്ഞു: "താങ്കൾ പറഞ്ഞ യോനായുടെയും തിമിംഗലത്തിന്റെയും കഥാരൂപത്തിന്റെ വ്യാഖ്യാനത്തെ ഞാൻ അഭിനന്ദിക്കുന്നു."

അപ്പോൾ കവി പറഞ്ഞു: "പക്ഷേ, മഹതീ ഞാൻ എന്റെ സ്വന്തം സൃഷ്ടിയായ ഒരു കഥയാണ് നിന്നോട് പറഞ്ഞത്. ഒരു ചിത്രശലഭത്തിന്റെയും വെളുത്ത റോസാപ്പൂവിന്റെയും കഥ. അവർ പരസ്പരം എങ്ങനെ പെരുമാറി എന്നതിനെക്കുറിച്ചും."

31

പകരുന്ന സമാധാനം

പൂത്തുലഞ്ഞു നില്ക്കുന്ന ഒരു ചില്ല തൊട്ടടുത്ത ചില്ലയോട് പറഞ്ഞു: "ഇതൊരു വിരസവും ശൂന്യവുമായ ദിവസമാണ്."

അപ്പോൾ മറ്റേ ചില്ല മറുപടി പറഞ്ഞു: "വാസ്തവം തന്നെ വിരസവും ശൂന്യവും."

ആ സമയത്ത് ഒരു കുരുവി അതിൽ ഒരു ചില്ലയിൽ പറന്നിറങ്ങി, അല്പസമയത്തിനകം മറ്റൊരു കുരുവി അടുത്തെത്തി.

ആ കുരുവികളിൽ ഒന്ന് ചിലച്ചുകൊണ്ട് പറഞ്ഞു: "എന്റെ ഇണ എന്നെ വിട്ടുപോയി."

അപ്പോൾ മറ്റേ കുരുവി പറഞ്ഞു: "എന്റെ ഇണയും പോയി, ഇനി അവൾ തിരിച്ചുവരില്ല. ഞാൻ എന്തിനത് കാര്യമാക്കണം?"

പിന്നീട് അവർ രണ്ടുംകൂടി ചിലയ്ക്കാനും ശകാരിക്കാനും തുടങ്ങി. താമസിയാതെ അവർ വഴക്കുകൂടുകയും അന്തരീക്ഷത്തിൽ പരുഷശബ്ദം ഉയർത്തുകയും ചെയ്തു.

പൊടുന്നനെ മറ്റ് രണ്ടു കുരുവികൾ ആകാശത്തിൽനിന്ന് ഇഴുകിപ്പറന്നുവന്ന്, ബഹളംകൂട്ടിക്കൊണ്ടിരുന്ന കുരുവികളുടെ സമീപത്ത് ശാന്തരായി ഇരുന്നു. അപ്പോൾ അവിടെ ശാന്തതയുണ്ടായി, സമാധാനമുണ്ടായി. അനന്തരം ആ നാല് കുരുവികളും പറന്നുപോയി, ജോഡികളായി ഒരുമിച്ച്.

അപ്പോൾ ആദ്യത്തെ ചില്ല തൊട്ടടുത്ത ചില്ലയോട് പറഞ്ഞു: "അതൊരു വല്ലാത്ത വളഞ്ഞുപുളഞ്ഞ ശബ്ദമായിരുന്നു." അടുത്ത ചില്ല മറുപടി പറഞ്ഞു: "എന്ത് പേരുവേണമെങ്കിലും വിളിച്ചോളൂ, ഇപ്പോൾ ഏതായാലും നല്ല ശാന്തിയുണ്ട്; തുറന്ന ഇടവും ലഭിച്ചു. എനിക്ക് തോന്നുന്നത് മുകളിലത്തെ അന്തരീക്ഷം സമാധാനം നല്കുന്നതാണെങ്കിൽ

താഴെ വസിക്കുന്നവരും സമാധാനം നല്കുമെന്നാണ്. നീ അല്പം കൂടി എന്റെ അടുത്തുനിന്ന് കാറ്റിൽ ആടുകില്ലേ?"

അപ്പോൾ ആദ്യത്തെ ചില്ല പറഞ്ഞു: "ഓ സമാധാനത്തിനുവേണ്ടി വസന്തം ഇതാ അവസാനിക്കാറായി."

എന്നിട്ട് അവൻ ശക്തമായ കാറ്റിനൊപ്പം ആടിയുലഞ്ഞു, അവളെ ആലിംഗനം ചെയ്യുന്നതിനായി.

32

നിഴൽ

ജൂൺ മാസത്തിലൊരുദിവസം. ഒരു ചെമ്പകമരത്തിന്റെ നിഴലിനോട് ഒരു പുല്ക്കൊടി പറഞ്ഞു: "നീ ഇടത്തോട്ടും വലത്തോട്ടും വളരെ പ്രാവശ്യം നീങ്ങുന്നു, തന്മൂലം നീ എന്റെ സമാധാനം കെടുത്തുന്നു."

മറുപടിയായി നിഴൽ പറഞ്ഞു: "ഞാനല്ല, ഞാനല്ല. ആകാശത്തേക്ക് നോക്കൂ. അവിടെ ഒരു മരമുണ്ട് അത് കാറ്റിൽ കിഴക്കോട്ടും പടിഞ്ഞാറോട്ടും ആടുന്നുണ്ട്. സൂര്യനും ഭൂമിക്കും ഇടയിൽ."

അപ്പോൾ പുല്ക്കൊടി മുകളിലേക്ക് നോക്കി, ആദ്യമായി ആ മരത്തെ കണ്ടു. എന്നിട്ട് ഹൃദയത്തിൽ പറഞ്ഞു: "അതാ, നോക്കൂ, എന്നെക്കാൾ വലിയൊരു പുല്ല് അവിടെ നില്ക്കുന്നു."

പിന്നീട് ആ പുല്ക്കൊടി നിശ്ശബ്ദമായി.

33

എഴുപത്

യുവകവി രാജകുമാരിയോട് പറഞ്ഞു: "ഞാൻ നിന്നെ പ്രേമിക്കുന്നു." അപ്പോൾ രാജകുമാരി മറുപടി പറഞ്ഞു: "ഞാനും നിന്നെ പ്രേമിക്കുന്നു, എന്റെ കുഞ്ഞേ."

"പക്ഷേ, ഞാൻ നിന്റെ കുഞ്ഞല്ല. ഞാൻ ഒരു പുരുഷനാണ്. ഞാൻ നിന്നെ പ്രേമിക്കുകയും ചെയ്യുന്നു."

അപ്പോൾ അവൾ പറഞ്ഞു: "എനിക്ക് പുത്രന്മാരും പുത്രികളുമുണ്ട്. അവരൊക്കെയും പുത്രന്മാരുടെയും പുത്രികളുടെയും പിതാക്കന്മാരും മാതാക്കളുമാണ്. എന്റെ പുത്രന്മാരിൽ ഒരുവന്റെ പുത്രന് നിന്നെക്കാൾ പ്രായമുണ്ട്."

അന്നേരം യുവകവി പറഞ്ഞു: "എങ്കിലും ഞാൻ നിന്നെ പ്രേമിക്കുന്നു."

അതുകഴിഞ്ഞ് ഏറെയാകുന്നതിന് മുമ്പേ ആ രാജകുമാരി മരിച്ചു. പക്ഷേ, അവളുടെ അന്ത്യശ്വാസം ഭൂമിയുടെ മഹാനിശ്വാസം ഏറ്റുവാങ്ങുന്നതിനുമുമ്പേ, അവൾ തന്റെ ആത്മാവിൽ പറഞ്ഞു: "എന്റെ പ്രിയനേ, എന്റെ ഏകപുത്രനേ, എന്റെ യുവകവിയേ, ഇനിയും ഒരുദിവസം നമ്മൾ തമ്മിൽ കണ്ടുമുട്ടിയെന്നിരിക്കാം, അപ്പോൾ എനിക്ക് എഴുപതായിട്ടുണ്ടാവില്ല.

34

ദൈവത്തെ കണ്ടെത്തുന്നത്

രണ്ടുപേർ താഴ്‌വരയിൽ കൂടെ നടക്കുകയായിരുന്നു. അപ്പോൾ ഒരുവൻ മലയുടെയടുത്തേക്ക് വിരൽചൂണ്ടിക്കൊണ്ട് ചോദിച്ചു. "നിങ്ങൾ ആ സന്ന്യാസിമഠം കണ്ടോ? അവിടെ താമസിക്കുന്ന മനുഷ്യൻ ഈ ലോകത്തെ പരിത്യജിച്ചിട്ട് ഒത്തിരിനാളായി. അയാൾ ദൈവത്തെ മാത്രമാണ് അന്വേഷിക്കുന്നത്, ഈ ലോകത്തിലെ മറ്റൊന്നിലും താല്പര്യമില്ല."

അപ്പോൾ മറ്റേയാൾ പറഞ്ഞു: "ആ മനുഷ്യൻ ആ സന്ന്യാസിമഠവും അതിന്റെ ഏകാന്തതയും വിട്ട്, നമ്മുടെ ലോകത്തിലേക്ക് മടങ്ങിവന്ന്, നമ്മുടെ സുഖദുഃഖങ്ങൾ പങ്കുവയ്ക്കുകയും, വിവാഹാഘോഷങ്ങളിൽ നമ്മുടെ നൃത്തക്കാരോടൊപ്പം നൃത്തം ചെയ്യുകയും, നമ്മുടെയിടയിൽ മരിക്കുന്നവരുടെ ശവപ്പെട്ടികൾക്കരികിലിരുന്ന് വിലപിക്കുന്നവരോടൊപ്പം കരയുകയും ചെയ്യുന്നില്ലെങ്കിൽ ആ മനുഷ്യന് ദൈവത്തെ കണ്ടെത്താനാവില്ല."

ആദ്യത്തെയാൾക്ക് തന്റെ ഹൃദയത്തിൽ അതൊക്കെ ബോദ്ധ്യമായി, എങ്കിൽക്കൂടി അയാൾ മറുപടിയായി പറഞ്ഞു: "താങ്കൾ പറഞ്ഞതിനോടെല്ലാം ഞാൻ യോജിക്കുന്നു, എന്നിരുന്നാലും ആ സന്ന്യാസി ഒരു നല്ല മനുഷ്യനാണെന്ന് ഞാൻ വിശ്വസിക്കുന്നു. അങ്ങനെയെങ്കിൽ നല്ലവനായ ഒരുവൻ തന്റെ അസാന്നിദ്ധ്യംകൊണ്ട് നല്ലവരെന്ന് തോന്നിപ്പിക്കുന്ന നിരവധിയായ ഈ മനുഷ്യരേക്കാൾ നന്മയല്ലേ ചെയ്യുന്നത്?"

35

നദി

മഹാനദി ഒഴുകിപ്പോകുന്ന കാദിശാതാഴ്‌വരയിൽ, രണ്ട് ചെറിയ അരുവികൾ സന്ധിച്ചു. അവ പരസ്പരം സംസാരിച്ചു.

ഒരു അരുവി പറഞ്ഞു: "എന്തുണ്ട് വിശേഷം സഖേ, എങ്ങിനെയുണ്ടായിരുന്നു താങ്കളുടെ വഴി?" അപരൻ മറുമൊഴി പറഞ്ഞു: എന്റെ വഴി വളരെ ദുർഘടം നിറഞ്ഞതായിരുന്നു. മില്ലിന്റെ ഇലച്ചക്രം ഒടിഞ്ഞുപോയിരുന്നു. എന്നിൽനിന്ന് ചാലുകീറി തന്റെ ചെടികൾക്ക് വെള്ളം ഒഴുക്കാനായി കൊണ്ടുപോയിരുന്ന കർഷകൻ മരിച്ചുപോയി. യാതൊരു ജോലിയും ചെയ്യാതെ വെറുതേയിരുന്ന് വെയിലത്ത് തങ്ങളുടെ അലസത ചുട്ടെടുക്കുന്നവർ ഒഴുക്കിവിടുന്ന മാലിന്യവും വഹിച്ചുകൊണ്ട് ബദ്ധപ്പെട്ടാണ് ഞാൻ താഴോട്ട് ഒഴുകിയത്. അതിരിക്കട്ടെ താങ്കളുടെ വഴി എങ്ങനെയുണ്ടായിരുന്നു, എന്റെ സഹോദരാ?"

അപ്പോൾ ആ അരുവി മറുപടിയായി പറഞ്ഞു: "എന്റേത് വ്യത്യസ്തമായൊരു പാതയായിരുന്നു. സുരഭിലപുഷ്പങ്ങളും നാണംകുണുങ്ങികളായ അരളിമരങ്ങളും നിറഞ്ഞ കുന്നുകൾ ഇറങ്ങിയാണ് ഞാൻ വന്നത്; സ്ത്രീകളും പുരുഷന്മാരും വെള്ളിക്കോപ്പകൾകൊണ്ട് എന്നിൽ നിന്ന് കോരിക്കുടിച്ചു. എന്റെ തീരങ്ങളിൽ ഇരുന്ന് കൊച്ചുകുട്ടികൾ അവരുടെ തുടുത്തപാദങ്ങൾ വെള്ളത്തിലിട്ട് തുഴഞ്ഞു, എനിക്കുചുറ്റും ചിരിയുണ്ടായിരുന്നു, മനോഹരമായ ഗാനങ്ങളും. താങ്കളുടെ വഴി അത്ര സന്തുഷ്ടമല്ലാതിരുന്നത് എത്ര കഷ്ടമായിപ്പോയി."

ആ സമയത്ത് മഹാനദി വലിയ ശബ്ദത്തിൽ പറഞ്ഞു: "കടന്നുവരൂ, കടന്നുവരൂ, നമ്മൾ സമുദ്രത്തിലേക്ക് പോകുകയാണ്. വരിക, വരിക, ഇനി സംസാരമൊന്നും വേണ്ട, എന്തെന്നാൽ, എന്നിൽ ചേർന്നാൽ നിങ്ങൾ നിങ്ങളുടെ അലച്ചിലിനെക്കുറിച്ചെല്ലാം മറക്കണം, സന്താപമായാലും സന്തോഷമായാലും. വരിക, വരിക, നിങ്ങളും ഞാനുമൊക്കെ നമ്മുടെ വഴികളെല്ലാം മറക്കും, നമ്മുടെ മാതാവായ സമുദ്രത്തിന്റെ ഹൃദയത്തിൽ നാം എത്തിച്ചേരുമ്പോൾ."

36

രണ്ടു വേട്ടക്കാർ

മെയ് മാസത്തിലെ ഒരുദിവസം, ഒരു തടാകക്കരയിൽവച്ച് സന്തോഷവും സന്താപവും കണ്ടുമുട്ടി. പരസ്പരം അഭിവാദ്യം ചെയ്തശേഷം, ശാന്തമായ ജലാശയത്തിന് അരികിലുപവിഷ്ടരായി, അവർ സംസാരിച്ചു.

സന്തോഷം സംസാരിച്ചത് ഭൂമുഖത്തുള്ള സൗന്ദര്യത്തെക്കുറിച്ചായിരുന്നു, ഒപ്പം വനത്തിലും കുന്നുകൾക്കിടയിലുമൊക്കെയുള്ള ജീവിതത്തിന്റെ ദൈനംദിന അത്ഭുതത്തെക്കുറിച്ചും പുലരിയിലും സായാഹ്നത്തിലുമൊക്കെ കേട്ട ഗാനങ്ങളെക്കുറിച്ചും.

സന്താപം സംസാരിച്ചപ്പോൾ സന്തോഷം പറഞ്ഞതെല്ലാം സമ്മതിച്ചു, എന്തെന്നാൽ ഓരോ നാഴികയുടെയും മായാജാലവും അതിൽനിന്നുത്ഭവിക്കുന്ന സൗന്ദര്യവും സന്താപത്തിന് അറിയാമായിരുന്നു. മെയ്മാസത്തിലെ വയലുകളെക്കുറിച്ചും കുന്നിൻപുറങ്ങളെക്കുറിച്ചും സംസാരിച്ചപ്പോൾ സന്താപം വാചാലനായിരുന്നു.

സന്തോഷവും സന്താപവും ഒരുമിച്ചിരുന്ന് ദീർഘനേരം സംസാരിച്ചു, അവർക്കറിയാമായിരുന്ന എല്ലാകാര്യങ്ങളെക്കുറിച്ചും അവർ യോജിക്കുകയും ചെയ്തു.

അന്നേരം തടാകത്തിന്റെ മറുകരയിലൂടെ രണ്ട് വേട്ടക്കാർ കടന്നുപോയി. അവർ വെള്ളത്തിനു മുകളിലൂടെ മറുകരയിലേക്ക് നോക്കിയശേഷം ഒരാൾ പറഞ്ഞു: "ആ രണ്ടുപേർ ആരാണെന്ന് ഞാൻ അത്ഭുതപ്പെടുകയാണ്." അപ്പോൾ മറ്റേയാൾ പറഞ്ഞു: "രണ്ടുപേർ എന്നാണോ നീ പറഞ്ഞത്? ഒരാളെയല്ലേ ഞാൻ കാണുന്നുള്ളൂ."

ആദ്യത്തെ വേട്ടക്കാർ പറഞ്ഞു: "പക്ഷേ, അവർ രണ്ടുപേരുണ്ട്." അപ്പോൾ രണ്ടാമത്തെയാൾ പറഞ്ഞു: "എനിക്ക് ഒരാളെ മാത്രമേ കാണാൻ കഴിയുന്നുള്ളൂ, തടാകത്തിലെ പ്രതിച്ഛായയും ഒന്നു മാത്രമേയുള്ളൂ."

"അല്ല, രണ്ടുപേരുണ്ട്," ആദ്യത്തെ വേട്ടക്കാരൻ പറഞ്ഞു: "നിശ്ചല ജലത്തിൽ കാണുന്ന പ്രതിച്ഛായ രണ്ടുപേരുടേതാണ്."

രണ്ടാമൻ വീണ്ടും പറഞ്ഞു: "ഞാൻ ഒരാളെ മാത്രമേ കാണുന്നു ള്ളൂ." വീണ്ടും മറ്റേയാൾ പറഞ്ഞു: "പക്ഷേ, ഞാൻ വ്യക്തമായി രണ്ടു പേരെ കാണുന്നു."

ഇന്നുവരേക്കും ഒരു വേട്ടക്കാരൻ പറയുന്നത്, മറ്റേയാൾ എല്ലാം ഇര ട്ടിച്ചു കാണുന്നു എന്നാണ്, അതേസമയം മറ്റേയാൾ പറയുന്നു: "എന്റെ സുഹൃത്ത് ഏറക്കുറെ അന്ധനാണ്."

37

അലഞ്ഞുതിരിയുന്ന മറ്റൊരുവൻ

ഒരിക്കൽ വീഥികളിലൊരിടത്ത് ഞാൻ മറ്റൊരുവനെ കണ്ടു. അയാൾക്കും ലേശം നൊസ്സുണ്ടായിരുന്നു, അയാൾ എന്നോട് ഇപ്രകാരം പറഞ്ഞു:

"ഒരു നാടോടിയാണ് ഞാൻ. പലപ്പോഴും എനിക്കു തോന്നുന്നത് ഈ ഭൂമിയിൽ ഞാൻ നടക്കുന്നത് കുള്ളന്മാരുടെ ഇടയിലാണെന്നാണ്. എന്റെ ശിരസ്സ് ഭൂമിയിലുള്ളവരുടേതിനേക്കാൾ എഴുപത് മുഴം ഉയരത്തിലായതിനാൽ, അത് ഔന്നത്യമുള്ള സ്വതന്ത്രമായ ചിന്തകൾ സൃഷ്ടിക്കുന്നു.

പക്ഷേ, യഥാർത്ഥത്തിൽ ഞാൻ മനുഷ്യരുടെ കൂടെയല്ല നടക്കുന്നത്, അവർക്ക് മുകളിലാണ്; അവർക്ക് എന്റേതായി കാണാൻ കഴിയുന്നത് അവരുടെ തുറന്ന വയലുകളിൽ പതിഞ്ഞ എന്റെ കാൽപ്പാടുകൾ മാത്രമാണ്.

പലപ്പോഴും അവർ എന്റെ കാൽപ്പാടുകളുടെ വലിപ്പത്തെയും ആകൃതിയെയും കുറിച്ച് ചർച്ച ചെയ്യുന്നതും വിയോജിക്കുന്നതും ഞാൻ കേട്ടിട്ടുണ്ട്. എന്തുകൊണ്ടെന്നാൽ ചിലർ പറയും, 'ഇതൊക്കെ വിദൂരഭൂതകാലത്ത് ഈ ഭൂമിയിൽ ചുറ്റിനടന്ന മഹാമൃഗത്തിന്റേതാണ്.' മറ്റുള്ളവർ പറയും, 'അല്ല, വിദൂരനക്ഷത്രങ്ങളിൽനിന്ന് ഉല്ക്കകൾ നിലംപതിച്ച സ്ഥാനങ്ങളാണ് ഇവ' എന്ന്.

പക്ഷേ, നിങ്ങൾ, എന്റെ സുഹൃത്തേ, നിങ്ങൾക്ക് ശരിക്കും അറിയാമല്ലോ അവയൊക്കെ അലഞ്ഞുതിരിയുന്ന ഒരുവന്റെ കാലടിപ്പാടുകളല്ലാതെ മറ്റൊന്നുമല്ലെന്ന്."

38

എങ്ങനെ ഭ്രാന്തനായി?

നിങ്ങൾ ചോദിച്ചു, ഞാൻ എങ്ങനെ ഒരു ഭ്രാന്തനായിത്തീർന്നുവെന്ന്. അത് സംഭവിച്ചത് ഇങ്ങിനെ: ഒരുദിവസം, അതായത് ഇന്നുള്ള അനേകം ദൈവങ്ങൾ ജനിക്കുന്നതിന് മുമ്പ്, ഞാൻ ഒരു ഗാഢനിദ്രയിൽനിന്ന് ഉണർന്നു. അപ്പോൾ ഞാനറിഞ്ഞു, എന്റെ മുഖംമൂടികളെല്ലാം മോഷ്ടിക്കപ്പെട്ടുവെന്ന്. ഞാൻ രൂപം നല്കിയ ഏഴു മുഖംമൂടികൾ. ഏഴു ജന്മങ്ങളിൽ ഞാൻ ധരിച്ച്. ജനബഹുലമായ തെരുവുകളിൽ മുഖംമൂടിയില്ലാതെ ഓടിക്കൊണ്ട് ഞാൻ വിളിച്ചുപറഞ്ഞു: "കള്ളന്മാർ, കള്ളന്മാർ, ശപിക്കപ്പെട്ട കള്ളന്മാർ."

സ്ത്രീ പുരുഷന്മാർ എന്നെനോക്കി ചിരിച്ചു, ചിലരൊക്കെ എന്നെ ഭയന്ന് അവരുടെ വീടുകളിലേക്ക് ഓടി.

ഞാൻ ചന്തസ്ഥലത്ത് എത്തിയപ്പോൾ പുരമുകളിൽ നില്ക്കുകയായിരുന്ന ഒരു യുവാവ് വിളിച്ചു പറഞ്ഞു: "അയാളൊരു ഭ്രാന്തനാണ്." അയാളെ കാണാൻ ഞാൻ മേലോട്ട് നോക്കി; അന്നേരം സൂര്യരശ്മികൾ ആദ്യമായി നഗ്നമായ തന്റെ സ്വന്തം മുഖത്ത് ഉമ്മ വച്ചപ്പോൾ എന്റെ ആത്മാവ് സൂര്യനോടുള്ള പ്രേമംകൊണ്ട് ജ്വലിച്ചു, പിന്നീട് എനിക്ക് മുഖംമൂടികളുടെ ആവശ്യമേ ഇല്ലായിരുന്നു. ഒരു മോഹാലസ്യത്തിലെന്നപോലെ ഞാൻ വിളിച്ചു പറഞ്ഞു: "അനുഗൃഹീതർ, എന്റെ മുഖംമൂടികൾ മോഷ്ടിച്ച കള്ളന്മാർ അനുഗൃഹീതരാണ്."

അപ്രകാരം ഞാനൊരു ഭ്രാന്തനായി മാറി. എന്റെ ഭ്രാന്തിൽ ഞാൻ സ്വാതന്ത്ര്യവും സുരക്ഷയും ഒപ്പം കണ്ടെത്തി; ഏകാന്തതയിലൂടെയുള്ള സ്വാതന്ത്ര്യവും മനസ്സിലാക്കപ്പെടാതിരിക്കുന്നതിലുള്ള സുരക്ഷയും. എന്തു

കൊണ്ടെന്നാൽ നമ്മെ മനസ്സിലാക്കുന്നവർ നമ്മിലുള്ള എന്തിനെയോ അടിമപ്പെടുത്തുന്നു.

പക്ഷേ, എന്റെ സുരക്ഷയെക്കുറിച്ച് ഞാൻ അധികമൊന്നും അഭിമാനംകൊള്ളാതിരുന്നോട്ടെ. കാരാഗൃഹത്തിൽ കിടക്കുന്ന ഒരു മോഷ്ടാവുപോലും മറ്റൊരു മോഷ്ടാവിൽനിന്ന് സുരക്ഷിതനാണ്.

39

ദൈവം

പൗരാണിക കാലത്ത്, എന്റെ അധരങ്ങളിൽ സംഭാഷണത്തിന്റെ ആദ്യ സ്പന്ദനങ്ങൾ വന്നപ്പോൾ, ഞാൻ ആ വിശുദ്ധ പർവ്വതമിറങ്ങി വന്ന് ദൈവത്തോട് പറഞ്ഞു: "നാഥാ, ഞാൻ അവിടുത്തെ അടിമയാണ്. അങ്ങയുടെ പ്രച്ഛന്നഹിതമാണ് എന്റെ നിയമം, ഇനി മുതൽ സദാകാലം ഞാൻ അങ്ങയെ അനുസരിക്കുകയും ചെയ്യും."

പക്ഷേ, ദൈവം മറുപടിയൊന്നും പറഞ്ഞില്ല, ശക്തമായൊരു കൊടുങ്കാറ്റുപോലെ കടന്നുപോകുകയും ചെയ്തു.

പിന്നീട് ഒരായിരം വർഷങ്ങൾക്കുശേഷം ഞാൻ വിശുദ്ധ പർവ്വതം കയറിച്ചെന്ന് വീണ്ടും ദൈവത്തിനോട് പറഞ്ഞു: "സ്രഷ്ടാവേ, ഞാൻ അങ്ങയുടെ സൃഷ്ടിയാണ്. കളിമണ്ണിൽനിന്നാണ് നീ എനിക്ക് രൂപംനൽകിയത്, എനിക്കുള്ളതിനെല്ലാം ഞാൻ നിന്നോട് കടപ്പെട്ടിരിക്കുന്നു."

അപ്പോഴും ദൈവം മറുപടിയൊന്നും പറഞ്ഞില്ല, പക്ഷേ, അതിവേഗതയുള്ള ഒരായിരം ചിറകുകൾ പോലെ കടന്നുപോയി.

പിന്നെയും ഒരായിരം വർഷങ്ങൾ കഴിഞ്ഞ് ഞാൻ വിശുദ്ധ പർവതം കയറിച്ചെന്ന് ദൈവത്തോട് വീണ്ടും പറഞ്ഞു: "പിതാവേ, ഞാൻ അവിടുത്തെ പുത്രനാണ്. കരുണയിലും സ്നേഹത്തിലും നീ എനിക്ക് ജന്മം നല്കി. സ്നേഹത്തിലൂടെയും ആരാധനയിലൂടെയും ഞാൻ നിന്റെ രാജ്യം പിന്തുടർച്ചാവകാശമായി നേടിയെടുക്കും."

അപ്പോഴും ദൈവം മറുപടിയൊന്നും പറഞ്ഞില്ല, വിദൂരമായ കുന്നുകളെ മറയ്ക്കുന്ന മൂടൽമഞ്ഞുപോലെ അവൻ കടന്നുപോയി.

പിന്നെയും ആയിരം വർഷങ്ങൾക്കുശേഷം ഞാൻ പരിശുദ്ധമായ ആ പർവ്വതം കയറിച്ചെന്ന് ദൈവത്തോട് വീണ്ടും പറഞ്ഞു: "എന്റെ ദൈവമേ, എന്റെ ലക്ഷ്യവും എന്റെ സാക്ഷാൽക്കാരവുമായവനേ; ഞാൻ അവി

ടുത്തെ ഇന്നലെയാണ്. അവിടുന്ന് എന്റെ നാളെയും. ഭൂമിയിലെ അവിടുത്തെ വേരാണ് ഞാൻ, അവിടുന്ന് ആകാശത്തിലെ എന്റെ പുഷ്പവും, നാം ഒന്നിച്ച് സൂര്യനുമുന്നിൽ വളരുന്നു."

അപ്പോൾ ദൈവം എന്റെ നേർക്ക് കുനിഞ്ഞ്, എന്റെ കർണ്ണങ്ങളിൽ മധുരതരമായ വാക്കുകൾ മന്ത്രിച്ചു, എന്നിട്ട് തന്നിലേക്ക് ഒഴുകിയെത്തുന്ന ഒരു അരുവിയെ സമുദ്രം പൊതിയുന്നതുപോലെ, അവൻ എന്നെയും പൊതിഞ്ഞു.

അനന്തരം ഞാൻ താഴ്‌വാരങ്ങളിലേക്കും സമതലങ്ങളിലേക്കും ഇറങ്ങിവന്നപ്പോൾ ദൈവം അവിടെയുമുണ്ടായിരുന്നു.

40

എന്റെ സുഹൃത്ത്

എന്റെ സുഹൃത്തേ, എന്നെപ്പറ്റിയുള്ള നിങ്ങളുടെ തോന്നലല്ല, ഞാൻ. ആ തോന്നൽ ഞാൻ ധരിക്കുന്ന ഒരു വസ്ത്രം മാത്രമാണ്– വളരെ ശ്രദ്ധാപൂർവ്വം തുന്നിയെടുത്ത ഒരു വസ്ത്രം, അത് നിങ്ങളുടെ ചോദ്യ ങ്ങളിൽ നിന്ന് എന്നെയും എന്റെ അശ്രദ്ധയിൽനിന്ന് നിങ്ങളെയും സംര ക്ഷിക്കുന്നു.

എന്റെ സുഹൃത്തേ, എന്നിലുള്ള ആ "ഞാൻ" നിശ്ശബ്ദതയുടെ ഗേഹ ത്തിൽ വസിക്കുന്നു, അവിടെത്തന്നെ അത് ചിരകാലം ആയിരിക്കുകയും ചെയ്യും, ആദൃശ്യനായും അപ്രാപ്യനായും.

ഞാൻ പറയുന്നത് നിങ്ങൾ വിശ്വസിക്കണമെന്നോ ഞാൻ ചെയ്യു ന്നതിൽ നിങ്ങൾ പ്രതീക്ഷ വയ്ക്കണമെന്നോ എനിക്കില്ല. എന്തെന്നാൽ എന്റെ വാക്കുകൾ നിങ്ങളുടെ ചിന്തകൾക്ക് നല്കിയ ശബ്ദവും എന്റെ പ്രവൃത്തികൾ നിങ്ങളുടെ ആഗ്രഹങ്ങളുടെ ക്രിയയും അല്ലാതെ മറ്റൊ ന്നുമല്ല.

"കാറ്റ് കിഴക്കോട്ട് വീശുന്നു" എന്ന് നിങ്ങൾ പറയുമ്പോൾ ഞാൻ പറയും, "അതേ, അത് കിഴക്കോട്ട് വീശുന്നു" എന്ന്. എന്തെന്നാൽ എന്റെ മനസ്സ് കാറ്റിന്മേലല്ല വ്യാപരിക്കുന്നത്, മറിച്ച് കടലിന്മേലാണെന്ന് നിങ്ങൾ അറിയാൻ ഞാൻ ആഗ്രഹിക്കുന്നില്ല.

സമുദ്ര സഞ്ചാരം ചെയ്യുന്ന എന്റെ ചിന്തകൾ നിങ്ങൾക്ക് മനസ്സിലാ ക്കാനാവില്ല, നിങ്ങൾ അത് മനസ്സിലാക്കണമെന്നും എനിക്കില്ല. ഏകനായി സമുദ്രത്തിലായിരിക്കാനാണ് എനിക്കിഷ്ടം.

നിങ്ങൾക്ക് പകൽ ആയിരിക്കുമ്പോൾ, എന്റെ സുഹൃത്തേ, എനിക്ക് രാത്രിയായിരിക്കും. അങ്ങനെയാണെങ്കിലും കുന്നിൻപുറങ്ങളിൽ നൃത്തം ചെയ്യുന്ന മധ്യാഹ്നത്തെക്കുറിച്ച് ഞാൻ സംസാരിക്കും, താഴ്വരയിലൂടെ ഒളിച്ചു കടക്കുന്ന മാന്തളിർ നിറമുള്ള നിഴലിനെക്കുറിച്ചും; എന്തെന്നാൽ

എന്റെ ഇരുട്ടിന്റെ ഗാനങ്ങൾ നിങ്ങൾക്ക് കേൾക്കാൻ കഴിയില്ല, താരകങ്ങൾക്ക് എതിരായുള്ള എന്റെ ചിറകടികൾ കാണാനുമാവില്ല – എന്റെ തൃപ്തി നിങ്ങൾക്ക് കേൾക്കാനും കാണാനും കഴിയാത്തതാണ്, ഞാൻ രാത്രിയുടെ ഒപ്പമായിരിക്കും.

നിങ്ങൾ നിങ്ങളുടെ സ്വർഗ്ഗത്തിലേക്ക് ഉയരുമ്പോൾ ഞാൻ എന്റെ നരകത്തിലേക്ക് താഴുന്നു. അപ്പോഴും നിങ്ങൾ ആ നികത്താനാവാത്ത വിടവിന് അക്കരെനിന്ന് എന്നെ വിളിക്കുന്നു, "എന്റെ കൂട്ടുകാരാ, എന്റെ സഖാവേ." ഞാനും തിരിച്ച് നിങ്ങളെ വിളിക്കുന്നു, "എന്റെ സഖാവേ, എന്റെ കൂട്ടുകാരാ". എന്തെന്നാൽ എന്റെ നരകം കാണാൻ ഞാൻ നിന്നെ അനുവദിക്കില്ല. ആ അഗ്നിനാളം നിന്റെ കാഴ്ചശക്തിയെ എരിച്ചുകളയും. ആ പുക നിന്റെ നാസാരന്ധ്രങ്ങളെ നിറയ്ക്കുകയും ചെയ്യും. എന്റെ നരകത്തെ ഞാൻ അമിതമായി സ്നേഹിക്കുന്നതുകൊണ്ട് അവിടം സന്ദർശിക്കാൻ നിന്നെ അനുവദിക്കില്ല. നരകത്തിൽ ഞാൻ ഏകനായിരിക്കാൻ ആഗ്രഹിക്കുന്നു.

നീ സൗന്ദര്യത്തെയും സത്യത്തെയും ധാർമ്മികതയെയും സ്നേഹിക്കുന്നു; ഞാനും നിനക്കുവേണ്ടി പറയാം. ഇതിനെയൊക്കെ സ്നേഹിക്കുന്നത് നല്ലതും യോജ്യമായതും തന്നെ. പക്ഷേ, എന്റെ ഹൃദയത്തിൽ നിന്റെയീ സ്നേഹത്തെയോർത്ത് ഞാൻ ചിരിക്കുകയാണ്. എന്നാലും എന്റെ ചിരി നിന്നെ ഞാൻ കാണിക്കുകയില്ല. ഞാൻ തനിയെ ചിരിക്കും.

എന്റെ സുഹൃത്തേ നീ നല്ലവനും കരുതലുള്ളവനും ബുദ്ധിമാനുമാണ്, അല്ല, നീ പരിപൂർണ്ണനാണ് – ഞാനോ, ഞാനും നിന്നോട് ബുദ്ധിപൂർവ്വവും കരുതലോടുംകൂടി സംസാരിക്കുന്നു. എന്നിരുന്നാലും എനിക്ക് ഭ്രാന്താണ്. പക്ഷേ, ഞാൻ എന്റെ ഭ്രാന്തിനെ മുഖംമൂടി അണിയിക്കുന്നു. ഞാൻ തനിയെ ഭ്രാന്തനായിരിക്കും.

എന്റെ സുഹൃത്തേ, നീ എന്റെ സുഹൃത്തല്ല, പക്ഷേ, അത് ഞാൻ എങ്ങനെ നിന്നെ പറഞ്ഞ് മനസ്സിലാക്കും? എന്റെ വഴി നിന്റെ വഴിയല്ല, എന്നിട്ടും നമ്മൾ ഒരുമിച്ച് നടക്കുന്നു, കരങ്ങൾ കോർത്തുകൊണ്ട്.

41

നോക്കുകുത്തി

ഒരിക്കൽ ഞാനൊരു നോക്കുകുത്തിയോട് പറഞ്ഞു: "വിജനമായ ഈ വയലിൽനിന്ന് നീ മുഷിഞ്ഞു കാണുമല്ലോ."

അപ്പോൾ അവൻ പറഞ്ഞു: "ഭയപ്പെടുന്നതിന്റെ ആനന്ദം അഗാധവും നീണ്ടു നിൽക്കുന്നതുമാണ്, അതിൽ എനിക്ക് ഒരു മുഷിവും തോന്നാറില്ല."

ഒരുനിമിഷം ആലോചിച്ചശേഷം ഞാൻ പറഞ്ഞു: "അത് വാസ്തവമാണ്, ഞാനും ആ ആനന്ദം അനുഭവിച്ചിട്ടുണ്ട്."

അവൻ പറഞ്ഞു: "ഉള്ളിൽ വൈക്കോൽ നിറച്ചവർക്കു മാത്രമേ അത് അറിയാൻ കഴിയൂ."

അപ്പോൾ ഞാൻ അവനെ വിട്ട് പോയി, അവൻ എന്നെ അഭിനന്ദിച്ചതാണോ അതോ കൊച്ചാക്കിയതാണോ എന്ന് അറിയാതെ.

ഒരുവർഷം കഴിഞ്ഞുപോയി. അതിനിടെ ആ നോക്കുകുത്തി ദാർശനികനായി മാറിയിരുന്നു.

വീണ്ടും ഞാൻ അവന്റെ സമീപത്തുകൂടെ കടന്നുപോയപ്പോൾ രണ്ടു കാക്കകൾ അവന്റെ തൊപ്പിക്കു താഴെ കൂടുകൂട്ടുന്നതാണ് കണ്ടത്.

42

നിദ്രാടനക്കാർ

ഞാൻ ജനിച്ച നഗരത്തിൽ ഒരു സ്ത്രീയും അവരുടെ പുത്രിയും ജീവിച്ചിരുന്നു; അവർ രണ്ടുപേരും ഉറക്കത്തിൽ എണീറ്റ് നടക്കുമായിരുന്നു.

ഒരു രാത്രി, ലോകം നിശ്ശബ്ദതയാൽ പൊതിയപ്പെട്ടപ്പോൾ ആ സ്ത്രീയും പുത്രിയും ഉറക്കത്തിൽത്തന്നെ, നടന്നുചെന്ന് മൂടൽമഞ്ഞ് മൂടിയ അവരുടെ തോട്ടത്തിൽ വച്ച് സന്ധിച്ചു.

അപ്പോൾ അമ്മ പറഞ്ഞു: "ഒടുവിൽ.... ഒടുവിൽ അതാ എന്റെ ശത്രു! നീ മൂലമാണ് യുവത്വം നശിപ്പിക്കപ്പെട്ടത് – എന്റെ ജീവന്റെ അവശിഷ്ടങ്ങൾക്കുമേലാണ് ഇവളുടെ ജീവിതം കെട്ടിപ്പടുത്തത്! എനിക്ക് ഇവളെ വധിക്കാൻ കഴിഞ്ഞിരുന്നെങ്കിൽ!"

അന്നേരം മകൾ പറഞ്ഞു: "ഓ, വെറുക്കപ്പെട്ട സ്ത്രീ, സ്വാർത്ഥയും വൃദ്ധയുമായവളേ നിങ്ങൾ എന്റെ സ്വതന്ത്രമായ സ്വത്വത്തിനും എനിക്കും ഇടയിൽ നില്ക്കുന്നു! എന്റെ ജീവിതം നിങ്ങളുടെ നിറം മങ്ങിയ ജീവിതത്തിന്റെ മാറ്റൊലിയാകാൻ നിങ്ങൾ ആഗ്രഹിക്കുന്നു! നിങ്ങൾ മരിച്ചിരുന്നെങ്കിൽ!"

ആ സമയത്ത് ഒരു കോഴികൂവി ആ രണ്ട് സ്ത്രീകളും നിദ്രയിൽ നിന്ന് ഉണർന്നു.

അമ്മ സൗമ്യമായി ചോദിച്ചു: "അത് നീ ആയിരുന്നോ, പ്രിയപ്പെട്ട ട്രീസാ?" മകൾ സൗമ്യമായി മറുപടി പറഞ്ഞു: "അതേ പ്രിയപ്പെട്ട അമ്മേ."

43

ബുദ്ധിയുള്ള നായ

ഒരുദിവസം ഒരുകൂട്ടം പൂച്ചകൾക്കടുത്തുകൂടെ ഒരു ബുദ്ധിയുള്ള നായ കടന്നുപോയി.

അവൻ അടുത്തുവന്നപ്പോൾ പൂച്ചകൾ വളരെ ശ്രദ്ധയോടെ ഇരിക്കുകയാണെന്നും തന്നെ ഗൗനിക്കുന്നില്ലെന്നും കണ്ടപ്പോൾ അവൻ നടത്തം നിറുത്തി.

അപ്പോൾ കൂട്ടത്തിൽനിന്ന് ഒരു വലിയ പൂച്ച ഗൗരവത്തോടെ എണീറ്റ് അവരെ നോക്കി പറഞ്ഞു: "സഹോദരങ്ങളേ, നിങ്ങൾ പ്രാർത്ഥിക്കുവിൻ, വീണ്ടും പ്രാർത്ഥിക്കുവിൻ, ഒട്ടും സംശയിക്കാതെ വീണ്ടും നിങ്ങൾ പ്രാർത്ഥിച്ചാൽ, സത്യം സത്യമായി ഞാൻ നിങ്ങളോട് പറയുന്നു, എലികൾ വർഷിക്കപ്പെടും."

ഇത് കേട്ടപ്പോൾ നായ അവന്റെ ഉള്ളിൽ ചിരിച്ചുകൊണ്ട് അവരുടെയടുത്തുനിന്നും മാറിപ്പോയി; പോകുന്ന പോക്കിൽ ഇങ്ങനെ പറഞ്ഞു: "ഓ അന്ധരും വിഡ്ഢികളുമായ പൂച്ചകളേ, ഇപ്രകാരം എഴുതപ്പെട്ടിട്ടില്ലായിരുന്നോ, എനിക്കും എന്റെ മുന്നാലെപോയ പൂർവ്വപിതാക്കന്മാർക്കും അറിയില്ലായിരുന്നോ. അതായത് പ്രാർത്ഥനയും വിശ്വാസവും യാചനയും കൊണ്ട് വർഷിക്കപ്പെടുന്നത് എലികളല്ല, മറിച്ച് എല്ലുകളാണെന്ന്."

44

രണ്ട് സന്ന്യാസിമാർ

വിജനമായ ഒരു മലമുകളിൽ രണ്ട് സന്ന്യാസിമാർ താമസിച്ചിരുന്നു. അവർ ദൈവത്തെ ആരാധിക്കുകയും പരസ്പരം സ്നേഹിക്കുകയും ചെയ്തു.

ഈ രണ്ട് സന്ന്യാസിമാർക്കും കൂടി ഒരു മൺചട്ടിയേ ഉണ്ടായിരുന്നുള്ളൂ, അതായിരുന്നു അവരുടെ ഏക സ്വത്ത്.

ഒരുദിവസം ഒരു ദുഷ്ടാത്മാവ് മൂത്ത സന്യാസിയുടെ ഹൃദയത്തിൽ കടന്നുകൂടി; എന്നിട്ട് അവൻ ഇളയ സന്ന്യാസിയുടെ അടുത്തുവന്ന് പറഞ്ഞു: "ഒത്തിരി നാളായല്ലോ നമ്മൾ ഒന്നിച്ച് താമസിക്കുന്നു. നമുക്ക് വേർപിരിയാനുള്ള സമയമായി. നമ്മുടെ സ്വത്തുക്കൾ നമുക്ക് ഭാഗിക്കാം."

അതുകേട്ട് ദുഃഖിതനായ ഇളയ സന്ന്യാസി പറഞ്ഞു: "സഹോദരാ, അങ്ങ് എന്നെ വിട്ടുപോകുകയാണ് എന്നതിൽ എനിക്ക് ദുഃഖമുണ്ട്. പക്ഷേ, അങ്ങേക്ക് പോയേ തീരൂ എന്നുണ്ടെങ്കിൽ അങ്ങനെ ആയിക്കൊള്ളട്ടെ."

അത്രയും പറഞ്ഞ് അയാൾ മൺചട്ടി എടുത്തുകൊണ്ടുവന്ന് മറ്റേ സന്ന്യാസിക്ക് കൊടുത്തുകൊണ്ട് പറഞ്ഞു: "ഇത് നമുക്ക് ഭാഗിക്കാനാവില്ല. സഹോദരാ, ഇത് അങ്ങ് എടുത്തോളൂ."

അപ്പോൾ പ്രായമായ സന്ന്യാസി പറഞ്ഞു: "ദാനമൊന്നും ഞാൻ സ്വീകരിക്കില്ല. എന്റെ സ്വന്തമല്ലാത്ത ഒന്നും ഞാൻ എടുക്കില്ല. അത് ഭാഗിക്കണം."

ഇളയ സന്ന്യാസി പറഞ്ഞു: "ആ മൺചട്ടി പൊട്ടിപ്പോവുകയാണെങ്കിൽ അതുകൊണ്ട് എനിക്കോ അങ്ങേക്കോ എന്ത് പ്രയോജനം? അങ്ങയുടെ ഇഷ്ടം അതാണെങ്കിൽ നമുക്ക് നറുക്കിട്ട് എടുക്കാം."

പക്ഷേ, മൂത്ത സന്ന്യാസി വീണ്ടും പറഞ്ഞു: "എനിക്ക് നീതി നട

ക്കണമെന്നേയുള്ളൂ, അതോടൊപ്പം എന്റേത് മാത്രം മതി താനും. അതു കൊണ്ട് നീതിയും എന്റെ വസ്തുവും ഞാൻ നിഷ്ഫലമായ ഭാഗ്യപരീക്ഷണത്തിന് വിടില്ല. ഈ മൺചട്ടി ഭാഗിച്ചേ പറ്റൂ."

അപ്പോൾ ഇനി യുക്തി നോക്കിയിട്ട് കാര്യമില്ലെന്നുകണ്ട ഇളയ സന്ന്യാസി പറഞ്ഞു: "അതാണ് ശരിക്കും അങ്ങയുടെ തീരുമാനമെങ്കിൽ, തന്നെയുമല്ല അങ്ങേയ്ക്ക് അത് അങ്ങനെതന്നെ നടക്കണമെന്നും ഉണ്ടെങ്കിൽ നമുക്ക് ഈ മൺചട്ടി ഉടയ്ക്കാം."

പക്ഷേ, ആ മൂത്ത സന്ന്യാസിയുടെ മുഖം വല്ലാതെ കറുത്തു, എന്നിട്ട് അയാൾ ഉറക്കെ പറഞ്ഞു, "ഓ, നീ ശപിക്കപ്പെട്ട ഒരു ഭീരുവാണ്, നീ ശണ്ഠകൂടുകയില്ല, അല്ലേ."

45

കൊടുക്കൽ വാങ്ങൽ

ഒരിക്കൽ ഒരിടത്ത് ഒരു മനുഷ്യൻ ജീവിച്ചിരുന്നു. അയാൾക്ക് ഒരു താഴ്‌വര നിറയ്ക്കാനുള്ളത്രയും തയ്യൽ സൂചികളും ഉണ്ടായിരുന്നു.

ഒരുദിവസം യേശുവിന്റെ അമ്മ അയാളുടെയടുത്തു ചെന്ന് പറഞ്ഞു: "സുഹൃത്തേ, എന്റെ പുത്രന്റെ കുപ്പായം കീറിപ്പോയി, അവൻ ദേവാലയത്തിലേക്ക് പോകുന്നതിനു മുൻപേ എനിക്ക് അതൊന്ന് തുന്നിക്കൊടുക്കണം. നിങ്ങൾ എനിക്കൊരു സൂചി തരില്ലേ?"

അയാൾ അവൾക്കൊരു സൂചിയല്ല കൊടുത്തത്, പകരം കൊടുക്കൽ വാങ്ങലിനെക്കുറിച്ച് പണ്ഡിതോചിതമായ ഒരു പ്രഭാഷണം അവൾക്ക് നല്കി, പുത്രൻ ദേവാലയത്തിലേക്ക് പോകുന്നതിനുമുമ്പേ അവന്റെയടുത്തേക്ക് കൊണ്ടുപോകാൻ.

46

ഏഴ് സ്വത്വങ്ങൾ

നിശയുടെ ഏറ്റവും നിശ്ശബ്ദമായ യാമത്തിൽ, അർദ്ധനിദ്രയിൽ ഞാൻ കിടക്കുമ്പോൾ, എന്റെ ഏഴ് സ്വത്വങ്ങളും ഒരുമിച്ചിരുന്ന് പരസ്പരം ഇങ്ങനെ സംസാരിച്ചു.

ഒന്നാം സ്വത്വം: ഇവിടെ ഈ ഭ്രാന്തനിൽ, ഇത്രയും വർഷം ഞാൻ വസിച്ചു, പകൽ അയാളുടെ വേദന പുതുക്കുകയും രാത്രിയിൽ അയാളുടെ മുഖം പുനഃസൃഷ്ടിക്കുകയുമല്ലാതെ മറ്റൊന്നും ചെയ്യാതെ. ഇതിലപ്പുറം എനിക്കെന്റെ തലവിധി സഹിക്കാനാവില്ല, ഇപ്പോൾ ഞാൻ പ്രതിഷേധിക്കുന്നു.

രണ്ടാം സ്വത്വം: നിന്റെ ജോലി എന്റേതിനേക്കാൾ ഭേദമാണ് സഹോദരാ, എന്തെന്നാൽ ഈ ഭ്രാന്തന്റെ സന്തുഷ്ടമായ സ്വത്വമായിരിക്കാനാണ് എന്നെ ഏല്പിച്ചിരിക്കുന്നത്. ഞാൻ അയാളുടെ ചിരി ചിരിക്കുന്നു, സന്തുഷ്ടമായ നാഴികകളിൽ അയാളുടെ പാട്ട് പാടുന്നു, അയാളുടെ തെളിഞ്ഞ ചിന്തകൾകൊണ്ട് ഞാൻ ദ്രുതപദ നൃത്തങ്ങൾ ചെയ്യുന്നു. ഈ മുഷിവുള്ള അസ്തിത്വത്തിനെതിരെ ഞാനാണ് പ്രതിഷേധിക്കേണ്ടത്.

മൂന്നാം സ്വത്വം: അപ്പോൾ എന്റെ കാര്യമോ, പ്രണയാതുരമായ സ്വത്വം, വന്യമായ ആസക്തികളുടെയും പ്രമാദമായ മോഹങ്ങളുടെയും എരിയുന്ന മുദ്ര. പ്രേമാതുരമായ സ്വത്വമായ ഞാനാണ് ഈ ഭ്രാന്തന് എതിരെ കലഹിക്കേണ്ടത്.

നാലാം സ്വത്വം: നിങ്ങളിലെല്ലാം വച്ച് എന്റെ കാര്യമാണ് ഏറ്റവും കഷ്ടം, എന്തെന്നാൽ, മറ്റൊന്നുമല്ല എനിക്ക് തന്നിരിക്കുന്നത്, അസഹ്യമായ വെറുപ്പും പിന്നെ നാശോന്മുഖമായ നീരസവും ഞാനാണ്. കൊടുങ്കാറ്റുപോലത്തെ സ്വത്വം, നരകത്തിന്റെ ഇരുണ്ട ഗുഹകൾക്കുള്ളിൽ ജനിച്ച ഞാനാണ്, ഈ ഭ്രാന്തനെ സേവിക്കുന്നതിനെതിരെ പ്രതിഷേധിക്കേണ്ടത്.

അഞ്ചാം സ്വത്വം: അല്ല, ഞാനാണ്, ചിന്തിക്കുന്ന സ്വത്വം, കാല്പനിക സ്വത്വം, വിശപ്പിന്റെയും ദാഹത്തിന്റെയും സ്വത്വം, അറിയപ്പെടാത്തതും ഇനിയും സൃഷ്ടിക്കപ്പെടാത്തതുമായ കാര്യങ്ങളെക്കുറിച്ച് യാതൊരു വിശ്രമവുമില്ലാതെ അന്വേഷിച്ച് അലഞ്ഞുതിരിയാൻ ശപിക്കപ്പെട്ടിട്ടുള്ള ഒരുവൻ; ആ ഞാനാണ്, നിങ്ങളല്ല, പ്രതിഷേധിക്കേണ്ടത്.

ആറാം സ്വത്വം: അപ്പോൾ ഞാനോ, അധ്വാനിക്കുന്ന സ്വത്വം, ദൈന്യമാർന്ന ആ തൊഴിലാളി, അവൻ ക്ഷമയുള്ള കരങ്ങളും പ്രതീക്ഷയുള്ള കണ്ണുകളുംകൊണ്ട് ദിനങ്ങളെ പ്രതിച്ഛായകളാക്കി മാറ്റുകയും രൂപരഹിതമായ പഞ്ചഭൂതങ്ങളെ നൂതനവും അനശ്വരവുമായ രൂപങ്ങളാക്കി മാറ്റുകയും ചെയ്യുന്ന ഞാൻ, ഞാനാണ് അത്, ഒരേയൊരുവൻ, വിശ്രമമില്ലാത്ത ഈ ഭ്രാന്തനെതിരെ പ്രതിഷേധിക്കേണ്ടവൻ.

ഏഴാം സ്വത്വം: നിങ്ങളെല്ലാവരും ഈ മനുഷ്യനെതിരായി പ്രതിഷേധിക്കുന്നത് വിചിത്രമായിരിക്കുന്നു, എന്തുകൊണ്ടെന്നാൽ നിങ്ങൾക്ക് ഓരോരുത്തർക്കും മുൻകൂട്ടി നിശ്ചയിച്ച വിധി നിറവേറ്റാനുണ്ട്. അഹോ! ഞാനും നിങ്ങളിൽ ഒരുവനെപ്പോലെ ആയിരുന്നെങ്കിൽ, നിശ്ചിതമായ കർമ്മമുള്ള ഒരു സ്വത്വം! പക്ഷേ, എനിക്ക് അങ്ങനെയൊന്നില്ല, ഞാനാണ് ഒന്നും ചെയ്യാത്ത സ്വത്വം. നിങ്ങളൊക്കെ ജീവിതം പുനഃസൃഷ്ടിക്കാൻ തിരക്കുകൂട്ടുമ്പോൾ, ഒരിടത്തുമല്ലാതെ ഒരിക്കലുമല്ലാതെ, ശൂന്യതയിൽ ഊമയായിരിക്കുന്നവൻ. നിങ്ങളോ അതോ ഞാനോ എന്റെ അയൽക്കാരെ പ്രതിഷേധിക്കേണ്ടത്?"

ഏഴാം സ്വത്വം ഇങ്ങനെ പറഞ്ഞപ്പോൾ മറ്റ് ആറ് സ്വത്വങ്ങളും അവന്റെമേൽ ദയയോടെ നോക്കി, പക്ഷേ, കൂടുതലൊന്നും പറഞ്ഞില്ല; അനന്തരം രാത്രിക്ക് ദൈർഘ്യം വർദ്ധിച്ചപ്പോൾ ഒന്നിനു പുറകേ ഒന്നായി അവർ ഉറങ്ങാൻ പോയി, നവ്യവും സന്തുഷ്ടവുമായ ഒരു സമർപ്പണത്താൽ പൊതിയപ്പെട്ട്.

പക്ഷേ, ഏഴാം സ്വത്വം എല്ലാറ്റിന്റെയും പിന്നിലുള്ള ഒന്നുമില്ലായ്മയെ വീക്ഷിച്ചുകൊണ്ടും ശ്രദ്ധിച്ചുകൊണ്ടും അങ്ങനെ ഇരുന്നു.

47

യുദ്ധം

ഒരു രാത്രി കൊട്ടാരത്തിൽ ഒരാഘോഷം നടക്കുകയായിരുന്നു. അപ്പോൾ ഒരാൾ കടന്നുവന്ന് രാജകുമാരന്റെ മുമ്പിൽ സാഷ്ടാംഗപ്രണാമം ചെയ്തു. ആഘോഷത്തിന് വന്നവരെല്ലാം അയാളെ നോക്കി; അപ്പോൾ അവർ കണ്ടത് അയാളുടെ ഒരു കണ്ണ് പുറത്തു ചാടിയിരുന്നതും ആ കൺകുഴിയിൽനിന്ന് രക്തം ഒഴുകുന്നതുമാണ്. രാജകുമാരൻ അയാളോട് ചോദിച്ചു: "തനിക്ക് എന്ത് സംഭവിച്ചു?"

ആ മനുഷ്യൻ മറുപടി പറഞ്ഞു: "ഓ രാജകുമാരാ, എന്റെ തൊഴിൽ മോഷണമാണ്. ഇന്ന് രാത്രി നിലാവ് ഇല്ലാത്തതുകൊണ്ട് ഞാൻ നാണയമാറ്റക്കാരന്റെ കടയിലാണ് മോഷ്ടിക്കാൻ പോയത്. ജനാലവഴി അകത്തു കടക്കുന്നതിനിടെ എനിക്കൊരബദ്ധം പറ്റി. ഞാൻ നെയ്ത്തുകാരന്റെ കടയിലാണ് ചെന്നുപെട്ടത്. ഇരുട്ടിൽ നെയ്ത്തുകാരന്റെ തറിയിൽ തലയടിച്ച് എന്റെ കണ്ണ് പറിഞ്ഞുപോയി. ഇനിയിപ്പോൾ രാജകുമാരാ ഞാൻ അപേക്ഷിക്കുന്നത് നെയ്ത്തുകാരനോട് നീതികാട്ടണമെന്നാണ്."

അപ്പോൾ രാജകുമാരൻ ഭടന്മാരെ അയച്ച് നെയ്ത്തുകാരനെ കൊണ്ടുവന്നു. അവന്റെ ഒരു കണ്ണ് ചൂഴ്ന്നുകളയുവാൻ വിധിയുണ്ടാവുകയും ചെയ്തു.

"അല്ലയോ രാജകുമാരാ" നെയ്ത്തുകാരൻ പറഞ്ഞു. "വിധി നീതിപൂർവ്വമാണ്. എന്റെ ഒരു കണ്ണ് എടുത്തുകളയണമെന്നത് ശരിയുമാണ്. എന്നിരുന്നാലും കേൾക്കണേ! ഞാൻ നെയ്യുന്ന തുണിയുടെ ഇരുവശവും കാണണമെങ്കിൽ എനിക്ക് രണ്ടുകണ്ണുകളുടെയും ആവശ്യമുണ്ട്. പക്ഷേ, എനിക്ക് ഒരു അയൽക്കാരനുണ്ട്. ഒരു ചെരിപ്പുകുത്തി, അയാൾക്കും രണ്ട്

കണ്ണുകളുണ്ട്. അയാളുടെ തൊഴിലിന് രണ്ടുകണ്ണുകളുടെയും ആവശ്യവുമില്ല."

രാജകുമാരൻ ചെരിപ്പുകുത്തിയെ കൊണ്ടുവരാൻ ആളയച്ചു. അയാൾ വന്നു. അവർ ചെരിപ്പുകുത്തിയുടെ രണ്ടുകണ്ണുകളിൽ ഒന്ന് ചൂഴ്ന്നെടുത്തു.

തൃപ്തികരമായി നീതി നിർവ്വഹിക്കപ്പെട്ടു.

48

കുറുക്കൻ

സൂര്യോദയത്തിൽ തന്റെ നിഴലിനെ നോക്കി ഒരു കുറുക്കൻ പറഞ്ഞു: "ഇന്നത്തെ ഉച്ചഭക്ഷണത്തിന് എനിക്കൊരു ഒട്ടകത്തിനെ വേണം." പൂർവ്വാഹ്നം മുഴുവൻ അവൻ ഒട്ടകത്തെ അന്വേഷിച്ച് നടന്നു. പക്ഷേ, മധ്യാഹ്നമായപ്പോൾ വീണ്ടും അവൻ തന്റെ നിഴൽ കണ്ടു, എന്നിട്ട് പറഞ്ഞു: "ഒരു എലി ആയാലും മതി."

49

ബുദ്ധിമാനായ രാജാവ്

ഒരിക്കൽ ദൂരെയുള്ള വിരാണി നഗരത്തിൽ ഒരു രാജാവ് ഭരിച്ചിരുന്നു; അദ്ദേഹം ബലവാനും ബുദ്ധിമാനുമായിരുന്നു. ജനങ്ങൾക്ക് അയാളുടെ ശക്തിയിൽ ഭയവും ബുദ്ധിയിൽ സ്നേഹവുമുണ്ടായിരുന്നു.

ആ നഗരത്തിന്റെ ഹൃദയഭാഗത്തുതന്നെ ഒരു കിണർ ഉണ്ടായിരുന്നു. അതിലെ വെള്ളം തണുപ്പുള്ളതും സ്ഫടികംപോലെ തെളിഞ്ഞതുമായിരുന്നു. അതിൽ നിന്നാണ് അവിടത്തെ താമസക്കാരെല്ലാം വെള്ളം കുടിച്ചിരുന്നത്, രാജാവും അദ്ദേഹത്തിന്റെ ആശ്രിതരും എല്ലാം; അവർക്ക് വേറൊരു കിണർ ഇല്ലായിരുന്നു.

ഒരു രാത്രി എല്ലാവരും ഉറക്കമായപ്പോൾ, ഒരു ദുർമന്ത്രവാദിനി ആ നഗരത്തിൽ പ്രവേശിച്ച് ഒരു വിചിത്ര തൈലത്തിന്റെ ഏഴ് തുള്ളികൾ കിണറ്റിൽ ഒഴിച്ചുകൊണ്ട് പറഞ്ഞു: "ഈ നാഴികമുതൽ ഈ കിണറ്റിലെ വെള്ളം കുടിക്കുന്നവർ ഭ്രാന്തന്മാരായി മാറും."

അടുത്തദിവസം രാവിലെ, രാജാവും അദ്ദേഹത്തിന്റെ അടുക്കളവിചാരിപ്പുകാരൻ പ്രഭുവും ഒഴികെ എല്ലാവരും ആ കിണറ്റിൽനിന്ന് വെള്ളം കുടിക്കുകയും ഭ്രാന്തന്മാരായി മാറുകയും ചെയ്തു; ആ ദുർമന്ത്രവാദിനി പ്രവചിച്ചിരുന്നതുപോലെ തന്നെ.

അന്നേദിവസം ഇടുങ്ങിയ തെരുവുകളിലും ചന്തസ്ഥലങ്ങളിലും ജനങ്ങൾ ഒരു പണിയും ചെയ്തില്ല. പരസ്പരം ഇങ്ങനെ പിറുപിറുക്കുന്നതൊഴികെ: "രാജാവിന് ഭ്രാന്താണ്. നമ്മുടെ രാജാവിനും അദ്ദേഹത്തിന്റെ അടുക്കളവിചാരിപ്പുകാരൻ പ്രഭുവിനും സ്ഥിരബുദ്ധി നഷ്ടപ്പെട്ടു. തീർച്ചയായും ഒരു ഭ്രാന്തൻ രാജാവിനാൽ നമ്മൾ ഭരിക്കപ്പെട്ടുകൂടാ. അദ്ദേഹത്തെ നമുക്ക് സ്ഥാനഭ്രഷ്ടനാക്കണം."

അന്ന് സായാഹ്നത്തിൽ ഒരു സ്വർണ്ണ ചഷകത്തിൽ കിണറ്റിൽ

നിന്നുള്ള വെള്ളം നിറയ്ക്കാൻ രാജാവ് കല്പിച്ചു. അത് തന്റെയടുത്ത് കൊണ്ടുവന്നപ്പോൾ അദ്ദേഹം അതിൽനിന്ന് നല്ലപോലെ കുടിച്ചു, പിന്നെ തന്റെ അടുക്കള വിചാരിപ്പുകാരൻ പ്രഭുവിനും കുടിക്കാൻ നൽകി.

അതിനുശേഷം ആ വിദൂരനഗരമായ വിരാണിയിൽ ഗംഭീരമായ ആഘോഷങ്ങൾ നടന്നു, എന്തുകൊണ്ടെന്നാൽ അവിടത്തെ രാജാവും അടുക്കള വിചാരിപ്പുകാരൻ പ്രഭുവും അവരുടെ ബുദ്ധിസ്ഥിരത വീണ്ടെടുത്തിരുന്നു.

50

മോഹം

ഒരു സത്രത്തിലെ തീൻമേശയ്ക്കു ചുറ്റുമായി മൂന്നുപേർ ഒന്നിച്ചു കൂടി. ഒരാൾ നെയ്ത്തുകാരൻ, മറ്റൊരാൾ മരപ്പണിക്കാരൻ, മൂന്നാമൻ നിലം ഉഴുന്നവനും.

നെയ്ത്തുകാരൻ പറഞ്ഞു: "ഇന്ന് ഞാൻ നല്ലൊരു ലിനൻകച്ച രണ്ട് സ്വർണ്ണനാണയങ്ങൾക്ക് വിറ്റു. അതുകൊണ്ട് ഇന്ന് നമുക്ക് വേണ്ടുന്ന വീഞ്ഞ് വാങ്ങാം."

അപ്പോൾ മരപ്പണിക്കാരൻ പറഞ്ഞു: "ഇന്ന് ഞാൻ എന്റെ ഏറ്റവും നല്ല ശവപ്പെട്ടി വിറ്റു. അതുകൊണ്ട് വീഞ്ഞിനൊപ്പം നമുക്ക് ഉഗ്രൻ ഇറച്ചി വറുത്തതുമാകാം."

"ഞാൻ ഒരു ശവക്കുഴി കുഴിക്കുകമാത്രമാണ് ചെയ്തത്," നിലമുഴുന്നവൻ പറഞ്ഞു: "പക്ഷേ, എന്റെ രക്ഷാധികാരി എനിക്ക് ഇരട്ടി കൂലി തന്നു. അതുകൊണ്ട് നമുക്ക് തേൻ കേക്കും കൂടി വാങ്ങാം."

ആ സായാഹ്നം മുഴുവൻ സത്രത്തിൽ നല്ല തിരക്കായിരുന്നു, എന്തെന്നാൽ ഇടയ്ക്കിടെ അവർ വീഞ്ഞിനും ഇറച്ചിക്കും കേക്കിനുമൊക്കെ വിളിച്ചു പറഞ്ഞുകൊണ്ടിരുന്നു. അവർ ഉല്ലാസഭരിതരുമായിരുന്നു.

സത്രം നടത്തിപ്പുകാരൻ കൈകൾ തിരുമ്മി ഭാര്യയെ നോക്കി പുഞ്ചിരിച്ചു. എന്തുകൊണ്ടെന്നാൽ തന്റെ അതിഥികൾ ഇഷ്ടംപോലെ ചെലവു ചെയ്തുകൊണ്ടിരുന്നു.

ചന്ദ്രൻ ഉദിച്ച് കുറേ ഉയർന്നശേഷമാണ് അവർ സത്രം വിട്ട് പോയത്, അവർ ഉച്ചത്തിൽ സംസാരിച്ചും പാട്ടുപാടിയുമാണ് നിരത്തിലൂടെ നടന്നത്.

സത്രം സൂക്ഷിപ്പുകാരനും ഭാര്യയും സത്രത്തിന്റെ വാതിൽക്കൽ നിന്ന് അവരെ ശ്രദ്ധിക്കുന്നുണ്ടായിരുന്നു.

“ഓ ഇവർ എത്ര മാന്യന്മാർ! സത്രം സൂക്ഷിപ്പുകാരന്റെ ഭാര്യ പറഞ്ഞു. എത്ര സ്വതന്ത്രർ! എത്ര സന്തോഷവാന്മാർ! എല്ലാ ദിവസവും അവർ നമുക്ക് ഇങ്ങനത്തെ ഭാഗ്യം കൊണ്ടുവന്നിരുന്നെങ്കിൽ! എങ്കിൽ നമ്മുടെ മകന് ഒരു സത്രം സൂക്ഷിപ്പുകാരനായി ഇത്ര കഠിനാദ്ധ്വാനം ചെയ്യേണ്ട ആവശ്യമില്ല. നമുക്ക് അവനെ പഠിപ്പിക്കാം, അവന് ഒരു പുരോഹിതനായിത്തീരുകയും ചെയ്യാം.”

51

മറുഭാഷ

പിറന്ന് മൂന്ന് നാൾപോകെ, പട്ടുതൊട്ടിലിൽ ചുറ്റുമുള്ള ലോകത്തെ അത്ഭുതത്തോടെ അന്ധാളിപ്പോടെ നോക്കിക്കിടക്കെ വയറ്റാട്ടി കൂടിയായ ആയയോട് എന്റെ അമ്മ ചോദിക്കുകയാണ്: "എന്റെ കുഞ്ഞ് എങ്ങനെയുണ്ട്?"

ആയ മറുപടി പറഞ്ഞു: "അവൻ നന്നായിരിക്കുന്നു, കൊച്ചമ്മേ, ഞാൻ അവന് മൂന്നുനേരം ആഹാരം കൊടുത്തു: ഇതിന് മുമ്പൊരിക്കലും ഇങ്ങനെ സന്തോഷമുള്ള കുഞ്ഞു പൈതലിനെ ഞാൻ കണ്ടിട്ടില്ല."

അപ്പോൾ എനിക്ക് ദേഷ്യം തോന്നി; ഞാൻ വിളിച്ചുപറഞ്ഞു: "അമ്മേ അത് വാസ്തവമല്ല; എന്തെന്നാൽ എന്റെ കിടക്ക കട്ടിയുള്ളതാണ്, ഞാൻ വലിച്ചുകുടിച്ച പാൽ എന്റെ വായിൽ കയ്പ് പടർത്തി, ആ മുലയുടെ നാറ്റം എന്റെ മൂക്കുകളിൽ ദുർഗന്ധം പരത്തി, എനിക്ക് അങ്ങേയറ്റം ദുരിതമാണ്."

പക്ഷേ, എന്റെ അമ്മയ്ക്ക് അത് മനസ്സിലായില്ല, എന്റെ ആയക്കും; എന്തെന്നാൽ ഞാൻ സംസാരിച്ചഭാഷ ഞാൻ വന്ന ലോകത്തിലേതായിരുന്നു.

പിന്നീട് എന്റെ ജീവിതത്തിന്റെ ഇരുപത്തിയൊന്നാം ദിനം എന്നെ മാമോദീസ മുക്കുമ്പോൾ പുരോഹിതൻ എന്റെ അമ്മയോട് പറഞ്ഞു: "നിങ്ങൾ വാസ്തവത്തിൽ സന്തുഷ്ടയായിരിക്കണം, മാഡം, നിങ്ങളുടെ മകൻ ഒരു ക്രിസ്ത്യാനിയായിട്ടാണല്ലോ ജനിച്ചത്."

എനിക്ക് അത്ഭുതം തോന്നി, ഞാൻ പുരോഹിതനോട് പറഞ്ഞു: "അങ്ങനെയെങ്കിൽ സ്വർഗ്ഗത്തിലിരിക്കുന്ന അങ്ങയുടെ മാതാവ് അസന്തുഷ്ടയായിരിക്കണമല്ലോ, എന്തെന്നാൽ താങ്കൾ ഒരു ക്രിസ്ത്യാനിയായിട്ടല്ലല്ലോ ജനിച്ചത്."

പക്ഷേ, ആ പുരോഹിതനും എന്റെ ഭാഷ മനസ്സിലായില്ല.

അങ്ങനെ ഏഴ് മാസം കഴിഞ്ഞപ്പോൾ, ഒരു ജ്യോത്സ്യൻ എന്നെ നോക്കിയിട്ട് എന്റെ അമ്മയോട് പറഞ്ഞു: "നിങ്ങളുടെ പുത്രൻ ഒരു ഭരണാധികാരിയാവും, ജനങ്ങളുടെ മഹാനായൊരു നേതാവും ആയിത്തീരും."

പക്ഷേ, ഞാൻ വിളിച്ചുപറഞ്ഞു: "അത് തെറ്റായൊരു പ്രവചനമാണ്, കാരണം ഞാനൊരു സംഗീതജ്ഞനാകും, ഒരു സംഗീതജ്ഞനല്ലാതെ ഞാൻ മറ്റൊന്നുമാകില്ല."

ആ പ്രായത്തിലും എന്റെ ഭാഷ ആർക്കും മനസ്സിലായില്ല. അതിൽ എനിക്ക് വലിയ ആശ്ചര്യം തോന്നി.

അങ്ങനെ മുപ്പത്തിമൂന്ന് വർഷങ്ങൾ കഴിഞ്ഞു. അതിനിടെ എന്റെ അമ്മയും ആ ആയയും ആ പുരോഹിതനുമൊക്കെ മരിച്ചു. (അവരുടെ ആത്മാവുകൾക്കുമേൽ ദൈവത്തിന്റെ തണൽ ഉണ്ടായിരിക്കട്ടെ) ആ ജോത്സ്യൻ ഇപ്പോഴും ജീവിച്ചിരിക്കുന്നു. ഇന്നലെ ദേവാലയത്തിന്റെ പടിവാതിൽക്കൽവച്ച് ഞാൻ അയാളെ കണ്ടു. ഞങ്ങൾ സംസാരിക്കുന്നതിനിടെ അയാൾ പറഞ്ഞു: "എനിക്ക് എപ്പോഴേ അറിയാമായിരുന്നു നീ മഹാനായൊരു സംഗീതജ്ഞനായിത്തീരുമെന്ന്. നിന്റെ ശൈശവത്തിൽ തന്നെ ഞാൻ നിന്റെ ഭാവി പ്രവചിക്കുകയും മുൻകൂട്ടി പറയുകയും ചെയ്തിരുന്നു."

അപ്പോൾ ഞാൻ അയാളെ വിശ്വസിച്ചു–എന്തെന്നാൽ ഇപ്പോൾ മറ്റേ ലോകത്തിന്റെ ഭാഷ ഞാനും മറന്നുപോയിരുന്നു.

52

മാതാളനാരകപ്പഴം

ഒരിക്കൽ ഒരു മാതാളനാരകപ്പഴത്തിന്റെ ഹൃദയത്തിൽ ഞാൻ വസിച്ചിരുന്നപ്പോൾ, ഒരു വിത്ത് പറയുന്നത് ഞാൻ കേട്ടു, "ഒരുദിവസം ഞാനൊരു വൻമരമായിത്തീരും, കാറ്റ് എന്റെ ശാഖകളിൽ പാട്ടു പാടും, സൂര്യരശ്മികൾ എന്റെ ഇലകളിൽ നൃത്തം ചെയ്യും, എല്ലാ ഋതുക്കളിലും ഞാൻ ശക്തിയോടും സൗന്ദര്യത്തോടും കൂടി നിലകൊള്ളും."

അപ്പോൾ മറ്റൊരു വിത്ത് പറഞ്ഞു: "ഞാൻ നിന്നെപ്പോലെ കുഞ്ഞായിരുന്നപ്പോൾ എനിക്കും അത്തരം മോഹങ്ങൾ ഉണ്ടായിരുന്നു; പക്ഷേ, ഇപ്പോൾ എനിക്ക് കാര്യങ്ങൾ അളക്കാനും തൂക്കാനും കഴിയുന്നതുകൊണ്ട്, എന്റെ മോഹങ്ങൾ വിഫലമായിരുന്നെന്ന് ഞാൻ മനസ്സിലാക്കുന്നു."

മൂന്നാമതൊരു വിത്ത് പറഞ്ഞു: "അത്തരം മഹത്തായൊരു ഭാവി വാഗ്ദാനം ചെയ്യുന്ന ഒന്നുംതന്നെ നമ്മളിൽ ഞാൻ കാണുന്നില്ല."

നാലാമതൊന്ന് പറഞ്ഞു: "പക്ഷേ, മഹത്തായൊരു ഭാവിയില്ലെങ്കിൽ നമ്മുടെ ജീവിതം എന്തൊരു പരിഹാരം ആയിരിക്കും."

അഞ്ചാമതൊന്ന് പറഞ്ഞു: നമ്മൾ എന്തായിത്തീരും എന്നതിനെക്കുറിച്ച് എന്തിന് തർക്കിക്കണം, ഇപ്പോൾ നാം എന്താണെന്നുപോലും നമുക്കറിവില്ലാത്തപ്പോൾ."

അപ്പോൾ ആറാമതൊന്ന് പറഞ്ഞു: "നാം എന്തൊക്കെയാണോ, തുടർന്നും അതുതന്നെ ആയിരിക്കും."

ഏഴാമതൊന്ന് പറഞ്ഞു: "ഓരോന്നും എങ്ങനെയിരിക്കും എന്നതിനെക്കുറിച്ച് എനിക്ക് വ്യക്തമായ ധാരണയുണ്ട്. പക്ഷേ, എനിക്ക് അത് വാക്കുകളിലൂടെ പ്രകടിപ്പിക്കാൻ കഴിയുന്നില്ല."

അപ്പോൾ എട്ടാമൻ പറഞ്ഞു: പിന്നെ ഒൻപത് – അതിനുശേഷം

പത്ത് – പിന്നെ പലരും. ഒടുവിൽ എല്ലാവരും സംസാരിച്ചു, നിരവധിയായ ആ ശബ്ദങ്ങളിൽനിന്ന് എനിക്ക് ഒന്നും തിരിച്ചറിയാൻ കഴിഞ്ഞില്ല.

അതുകൊണ്ട് അന്നേ ദിവസം തന്നെ ഞാൻ ഒരു മധുരനാരങ്ങയുടെ ഉള്ളിലേക്ക് മാറി, അവിടെ കുരുക്കൾ വളരെ കുറവായിരുന്നു, അവതന്നെ മിക്കവാറും നിശ്ശബ്ദവും.

53

രണ്ട് കൂടുകൾ

എന്റെ പിതാവിന്റെ പൂന്തോട്ടത്തിൽ രണ്ട് കൂടുകളുണ്ട്. ഒന്നിൽ ഒരു സിംഹമാണ്. എന്റെ പിതാവിന്റെ അടിമകൾ 'നിനവേ'യിലെ മരുഭൂമിയിൽനിന്ന് കൊണ്ടുവന്നത്. മറ്റേ കൂട്ടിൽ പാട്ട് പാടാത്ത ഒരു കുരുവിയും.

എല്ലാ ദിവസവും സൂര്യോദയമാകുമ്പോൾ, ആ കുരുവി സിംഹത്തെ വിളിച്ച് പറയും: "താങ്കൾക്ക് സുപ്രഭാതം, സഹോദര തടവുകാരാ."

54

മൂന്ന് എറുമ്പുകൾ

സൂര്യപ്രകാശത്തിൽ കിടന്ന് ഉറങ്ങുകയായിരുന്ന ഒരു മനുഷ്യന്റെ മൂക്കിനുമേൽ വച്ച് മൂന്ന് എറുമ്പുകൾ കണ്ടു മുട്ടി. ഓരോ ഗോത്രത്തിന്റെയും ആചാരമനുസരിച്ച് പരസ്പരം അഭിവാദ്യം ചെയ്തശേഷം, അവർ നിന്ന് സംസാരിക്കാൻ തുടങ്ങി.

ആദ്യത്തെ എറുമ്പ് പറഞ്ഞു: "ഈ കുന്നുകളും സമതലങ്ങളുമാണ് എനിക്കറിയാവുന്നവയിൽ വച്ച് ഏറ്റവും ഊഷരം. ഒരുദിവസം മുഴുവൻ ഏതെങ്കിലും ഒരു മണി ധാന്യത്തിനുവേണ്ടി ഞാൻ പരതി നടന്നു, ഒന്നും കണ്ടെത്താൻ കഴിഞ്ഞില്ല."

രണ്ടാമത്തെ എറുമ്പ് പറഞ്ഞു: "എനിക്കും ഒന്നും കണ്ടെത്താനായില്ല, എല്ലാ മുക്കുംമൂലയും ഞാൻ സന്ദർശിച്ചെങ്കിൽക്കൂടി എന്റെ വിശ്വാസം ഇതാണ് എന്റെ ആൾക്കാർ പറയുന്ന ഒന്നും വളരാത്ത മൃദുലവും ചലിക്കുന്നതുമായ സ്ഥലം."

അപ്പോഴേക്കും മൂന്നാമത്തെ എറുമ്പ് തലപൊക്കിക്കൊണ്ട് പറഞ്ഞു: "എന്റെ സുഹൃത്തുക്കളേ, നമ്മൾ ഇപ്പോൾ നില്ക്കുന്നത് ആ ഏറ്റവും ശ്രേഷ്ഠനായ എറുമ്പിന്റെ മൂക്കിനു മേലെയാണ്. ശക്തനും അപരിചിതനുമായ എറുമ്പ്. അതിന്റെ ശരീരം അത്രയേറെ വലുതായതുകൊണ്ട് നമുക്കത് കാണാൻ കഴിയില്ല, അതിന്റെ നിഴൽ അത്രയേറെ വിശാലമായതുകൊണ്ട് നമുക്ക് പിന്തുടരാനും കഴിയില്ല, അതിന്റെ ശബ്ദം അത്രയ്ക്ക് ഉച്ചത്തിലായതുകൊണ്ട് നമുക്ക് കേൾക്കാനും കഴിയില്ല; അവൻ സർവ്വവ്യാപിയുമാണ്."

മൂന്നാമത്തെ എറുമ്പ് അങ്ങനെ പറഞ്ഞതുകേട്ട് മറ്റ് എറുമ്പുകൾ പരസ്പരം നോക്കി ചിരിച്ചു.

ആ നിമിഷം ഉറക്കത്തിലായിരുന്ന ആ മനുഷ്യൻ ഒന്ന് അനങ്ങുകയും കൈ ഉയർത്തി തന്റെ മൂക്ക് ചൊറിയുകയും ചെയ്തു. അതിൽ ആ മൂന്ന് എറുമ്പുകളും ഞെരിഞ്ഞുപോയി.

55

ശവക്കുഴി തോണ്ടുന്നയാൾ

ഒരിക്കൽ എന്റെ ഒരു ബന്ധുവിന്റെ ശവസംസ്കാരത്തിന് പോയപ്പോൾ, അവിടത്തെ ശവക്കുഴിവെട്ടുകാരൻ എന്റെയടുത്തുവന്ന് പറഞ്ഞു: "ഇവിടെ ശവമടക്കിന് വരുന്ന എല്ലാവരിലും വച്ച്, താങ്കളെ മാത്രമാണ് എനിക്കിഷ്ടം."

ഞാൻ പറഞ്ഞു: "നീ ഈ പറഞ്ഞത് എന്നെ വല്ലാതെ സന്തോഷിപ്പിക്കുന്നു, പക്ഷേ, എന്തുകൊണ്ടാണ് നീ എന്നെ ഇഷ്ടപ്പെടുന്നത്?"

"എന്താണെന്നോ," അയാൾ പറഞ്ഞു: "മറ്റുള്ളവരൊക്കെ കരഞ്ഞുകൊണ്ട് വരുന്നു, കരഞ്ഞുകൊണ്ട് പോകുന്നു – താങ്കൾ മാത്രം ചിരിച്ചുകൊണ്ട് വരുന്നു, ചിരിച്ചുകൊണ്ട് പോകുന്നു."

56

അനുഗൃഹീത നഗരം

എന്റെ യൗവനത്തിൽ ആരോ എന്നോട് പറഞ്ഞിരുന്നു, ഒരു പ്രത്യേക നഗരത്തിൽ എല്ലാവരും തിരുവെഴുത്തുകൾ അനുസരിച്ചാണ് ജീവിക്കുന്നതെന്ന്.

അപ്പോൾ ഞാൻ പറഞ്ഞു, ഞാൻ ആ നഗരവും അതിന്റെ അനുഗ്രഹത്തിനുള്ള കാരണവും അന്വേഷിച്ച് കണ്ടുപിടിക്കുമെന്ന്. ആ നഗരം വളരെ ദൂരത്തായിരുന്നു. എന്റെ യാത്രയ്ക്കുവേണ്ട വിശദമായ തയ്യാറെടുപ്പുകൾ ഞാൻ ചെയ്തു. നാല്പത് ദിവസങ്ങൾക്കുശേഷം ആ നഗരം കണ്ടു, നാല്പത്തിയൊന്നാംദിവസം അതിൽ പ്രവേശിക്കുകയും ചെയ്തു.

അപ്പോഴല്ലേ ആ കാഴ്ച കണ്ടത്. അതിലെ അന്തേവാസികളിൽ എല്ലാവർക്കും ഒരാളിന് ഒരു കൈയും ഒരു കണ്ണും വീതമേ ഉണ്ടായിരുന്നുള്ളൂ. അത്ഭുതപരതന്ത്രനായ ഞാൻ സ്വയം പറഞ്ഞു: "ഇത്ര വിശുദ്ധമായ ഈ നഗരത്തിലെ ഇവർക്ക് പക്ഷേ, ഒരു കണ്ണും ഒരു കൈയും മാത്രമേ ഉള്ളല്ലോ?"

അന്നേരം അവരും അത്ഭുതപ്പെടുന്നത് ഞാൻ കണ്ടു, എന്തെന്നാൽ എന്റെ രണ്ട് കൈകളും രണ്ട് കണ്ണുകളും കണ്ട് അവർ അതിയായി വിസ്മയിക്കുകയായിരുന്നു. അവർ കൂടിനിന്ന് സംസാരിക്കുമ്പോൾ ഞാൻ അവരുടെയടുത്തുചെന്ന് അന്വേഷിച്ചു, "അനുഗൃഹീത നഗരം വാസ്തവത്തിൽ ഇത് തന്നെയാണോ, തിരുവെഴുത്തുകൾ അനുസരിച്ച് എല്ലാവരും ജീവിക്കുന്ന നഗരം?" അപ്പോൾ അവർ പറഞ്ഞു: "അതേ, ആ നഗരം ഇതുതന്നെയാണ്."

ഞാൻ ചോദിച്ചു: "നിങ്ങൾക്ക് എന്താണ് സംഭവിച്ചത്, നിങ്ങളുടെ വലത് കണ്ണുകളും വലത് കരങ്ങളും എവിടെ?"

അപ്പോൾ ആൾക്കാരെല്ലാം നീങ്ങി. അവർ പറഞ്ഞു: "നിങ്ങൾ വന്ന് കാണുക."

അവർ എന്നെ നഗരമദ്ധ്യത്തിലുള്ള ഒരു ദേവാലയത്തിലേക്ക് കൂട്ടിക്കൊണ്ടുപോയി. ആ ദേവാലയത്തിൽ ഞാൻ കണ്ടത് കൈകളുടെയും കണ്ണുകളുടെയും ഒരു കൂനയാണ് എല്ലാം ചുക്കിച്ചുളിഞ്ഞ് പൊടിഞ്ഞത്. അപ്പോൾ ഞാൻ ചോദിച്ചു, "ഭയങ്കരം! ഏത് പടയോട്ടക്കാരനാണ് നിങ്ങളുടെ മേൽ ഈ ക്രൂരത ചെയ്തത്?"

അപ്പോൾ അവരുടെയിടയിൽ ഒരു പിറുപിറുപ്പ് കേട്ടു. അവരിൽ മുതിർന്ന ഒരാൾ മുന്നോട്ടുവന്ന് പറഞ്ഞു: "ഇത് ഞങ്ങൾ തന്നെ സ്വയം ചെയ്തതാണ്. ഞങ്ങളിലുണ്ടായിരുന്ന തിന്മയുടെ മേൽ ഞങ്ങളെത്തന്നെ ദൈവം വിജയികളാക്കി."

എന്നിട്ട് അയാൾ എന്നെ ഉയർന്ന ഒരു ബലിപീഠത്തിലേക്ക് കൊണ്ടുപോയി, ബാക്കിയുള്ളവരെല്ലാം പിന്തുടർന്നു. ആ ബലിപീഠത്തിന്റെ മുകളിൽ കല്ലിൽ കൊത്തിവച്ചിരുന്ന ഒരു ശിലാശാസനം അയാൾ എന്നെ കാണിച്ചുതന്നു, അത് ഞാൻ വായിച്ചു:

"നിന്റെ വലതു കണ്ണ് നിന്നെ കുറ്റം ചെയ്യിക്കുകയാണെങ്കിൽ, അത് നിന്നിൽനിന്ന് ചൂഴ്ന്നെടുത്ത് എറിഞ്ഞു കളയുക, എന്തെന്നാൽ നിന്റെ ശരീരം മുഴുവനായി നരകത്തിലേക്ക് എറിഞ്ഞു കൊടുക്കുന്നതിനേക്കാൾ നിനക്ക് ഗുണകരം ഒരു അവയവം നശിക്കുന്നതല്ലേ? അതേപോലെ നിന്റെ വലതുകൈയാണ് കുറ്റം ചെയ്യിക്കുന്നതെങ്കിൽ അത് നിന്നിൽനിന്നും മുറിച്ച് എറിയുക, എന്തെന്നാൽ നിന്റെ ശരീരം മുഴുവനായി നരകത്തിലേക്ക് എറിഞ്ഞുകൊടുക്കുന്നതിനേക്കാൾ നല്ലത് അവയവങ്ങളിൽ ഒന്ന് നശിക്കുന്നതല്ലേ?"

അപ്പോൾ എനിക്ക് എല്ലാം മനസ്സിലായി ഞാൻ അവരുടെ നേർക്ക് തിരിഞ്ഞ് വിളിച്ചു ചോദിച്ചു: "നിങ്ങളുടെയിടയിൽ രണ്ട് കണ്ണുകളും രണ്ട് കൈകളുമുള്ള ഒരു സ്ത്രീയോ പുരുഷനോ ഉണ്ടോ?"

അവർ ഉത്തരമായി എന്നോട് പറഞ്ഞു: "ഇല്ല ഒരാളുമില്ല. ഇവിടെ ആരുംതന്നെ മുഴുവനായി ഇല്ല, ഈ ശിലാശാസനം വായിക്കാനും അതിലെ കല്പന മനസ്സിലാക്കാനും കഴിയാത്തവിധം പ്രായം കുറഞ്ഞവർ ഒഴികെ."

ഞങ്ങൾ ദേവാലയത്തിൽനിന്ന് പുറത്ത് വന്നപ്പോൾ ഉടൻതന്നെ ഞാൻ ആ വിശുദ്ധ നഗരം വിട്ടുപോയി, കാരണം ഞാൻ അത്ര പ്രായം കുറഞ്ഞവനല്ലായിരുന്നു, എനിക്ക് ആ തിരുവെഴുത്ത് വായിക്കാനും കഴിയുമായിരുന്നു.

57

നല്ല ദൈവവും മോശം ദൈവവും

ഒരു മലയുടെ മുകളിൽവച്ച് നല്ല ദൈവവും മോശം ദൈവവും തമ്മിൽ കണ്ടുമുട്ടി. നല്ല ദൈവം പറഞ്ഞു: "സഹോദരാ, താങ്കൾക്ക് സുപ്രഭാതം."

മോശം ദൈവം മറുപടിയൊന്നും പറഞ്ഞില്ല.

അപ്പോൾ നല്ല ദൈവം പറഞ്ഞു: "താങ്കൾ ഇന്ന് നല്ല രസത്തിലല്ലല്ലോ."

"അതേ," മോശം ദൈവം പറഞ്ഞു: "ഈയിടെയായി പലപ്പോഴും എന്നെ താങ്കളായി തെറ്റിദ്ധരിക്കപ്പെടുന്നു, എന്നെ താങ്കളുടെ പേര് വിളിക്കുന്നു, താങ്കളാണെന്നപോലെ എന്നെ കണക്കാക്കുകയും പരിചരിക്കുകയും ചെയ്യുന്നു, ഇതൊന്നും എനിക്കത്ര രസിക്കുന്നില്ല."

അപ്പോൾ നല്ല ദൈവം പറഞ്ഞു: "പക്ഷേ, എന്നെയും താങ്കളാണെന്ന് തെറ്റിദ്ധരിക്കുകയും താങ്കളുടെ പേരുപറഞ്ഞ് വിളിക്കുകയും ചെയ്യുന്നുണ്ടല്ലോ."

മനുഷ്യന്റെ വിഡ്ഢിത്തത്തെ ശപിച്ചുകൊണ്ട് മോശം ദൈവം നടന്നുപോയി.

58

രാത്രിയും ഭ്രാന്തനും

"**അ**ല്ലയോ രാത്രീ, ഞാനും നിന്നെപ്പോലെയാണ്, ശ്യാമം നഗ്നം; എന്റെ ദിവാസ്വപ്നങ്ങൾക്കു മുകളിലുള്ള എരിയുന്ന പന്ഥാവിലൂടെ ഞാൻ നടക്കുന്നു, എപ്പോഴൊക്കെ എന്റെ പാദം ഭൂമിയെ സ്പർശിക്കുന്നോ അപ്പോൾ ഒരു ഭീമൻ ഓക്ക് മരം ഉത്ഭവിക്കുന്നു."

"അല്ല, നീ എന്നെപ്പോലെയല്ല, ഓ ഭ്രാന്താ, എന്തെന്നാൽ നീ ഇപ്പോഴും പുറകോട്ട് നോക്കുന്നു, മണൽപ്പരപ്പിൽ നീ വിട്ടുപോന്ന കാല്പാടിന് എത്ര വലിപ്പമുണ്ടെന്നറിയാൻ."

"ഞാൻ നിന്നെപ്പോലെയാണ്, ഓ രാത്രി, അഗാധം നിശ്ശബ്ദം എന്റെ ഏകാന്തതയുടെ ഹൃദയത്തിൽ ഒരു ദേവത പിള്ളത്തൊട്ടിലിൽ ശയിക്കുകയാണ്; അവനിലൂടെ ജനിക്കുന്നവൻ നഗരത്തെ സ്പർശിക്കുന്ന സ്വർഗമാണ്."

"അല്ല നീ എന്നെപ്പോലെയല്ല, ഓ ഭ്രാന്താ എന്തെന്നാൽ വേദനയുടെ മുന്നിൽ നീ ഇപ്പോഴും ഭയന്ന് വിറയ്ക്കുന്നു, പാതാളത്തിന്റെ പാട്ട് നിന്നെ ഭയചകിതനാക്കുകയും ചെയ്യുന്നു.

"ഞാൻ നിന്നെപ്പോലെയാണ്, ഓ രാത്രി, വന്യം ഭീകരം; എന്തെന്നാൽ കീഴ്പ്പെടുത്തപ്പെട്ട ജനതകളുടെ വിലാപങ്ങളും വിസ്മൃതമായ നാടുകൾക്കു വേണ്ടിയുള്ള ദീർഘനിശ്വാസങ്ങളുംകൊണ്ട് എന്റെ കാതുകൾ നിറഞ്ഞിരിക്കുകയാണ്."

"അല്ല, നീ എന്നെപ്പോലെയല്ല, ഓ, ഭ്രാന്താ, എന്തെന്നാൽ നീ ഇപ്പോഴും നിന്റെ ചെറുസ്വത്വത്തെ ഒരു സഖാവായി കണക്കാക്കുന്നു, പക്ഷേ, നിന്റെ രാക്ഷസീയ സ്വത്വവുമായി നിനക്കൊരു സുഹൃത്തായിരിക്കാൻ കഴിയുകയുമില്ല."

"ഞാൻ നിന്നെപ്പോലെയാണ്, ഓ രാത്രി, ക്രൂരം ഭീതിജനകം; എന്തെ

ന്നാൽ എന്റെ നെഞ്ചിലെ വെളിച്ചം കടലിൽ കത്തുന്ന കപ്പലുകളുടേതും, എന്റെ ചുണ്ടുകളിലെ നനവ് വധിക്കപ്പെട്ട യോദ്ധാക്കളുടെ രക്തം മൂലവുമാണ്."

"അല്ല, നീ എന്നെപ്പോലെയല്ല, ഓ ഭ്രാന്താ, എന്തെന്നാൽ ഇപ്പോഴും ഒരു സഹോദര ആത്മാവിനു വേണ്ടിയുള്ള മോഹം നിന്റെ മേൽ ഉണ്ട്, നീ ഇപ്പോഴും നിന്നിൽതന്നെ ഒരു നിയമം ആയിട്ടില്ല."

"ഞാൻ നിന്നെപ്പോലെയാണ് ഓ, രാത്രി, സന്തുഷ്ടം ഉല്ലാസഭരിതം; എന്തെന്നാൽ എന്റെ നിഴലിൽ വസിക്കുന്നവൻ ഇപ്പോൾ പുതുവീഞ്ഞിന്റെ ലഹരിയിലും എന്നെ പിന്തുടരുന്നവൾ ഉല്ലാസത്തോടെ പാപം ചെയ്യുകയും ആണ്."

"അല്ല, നീ എന്നെപ്പോലെയല്ല, ഓ ഭ്രാന്താ, എന്തെന്നാൽ നിന്റെ ആത്മാവ് ഏഴ് മടക്കുള്ള മൂടുപടത്തിൽ പൊതിഞ്ഞതും നിന്റെ ഹൃദയം നീ സ്വന്തം കൈയിൽ എടുക്കാത്തതുമാണ്."

"ഞാൻ നിന്നെപ്പോലെയാണ്, ഓ രാത്രി, ക്ഷമാശീലനും ആസക്തനും; എന്തെന്നാൽ എന്റെ മാറിൽ തകർന്ന ചുംബനങ്ങളുടെ ശവക്കച്ചകളിൽ പൊതിഞ്ഞ മൃതരായ ആയിരം കാമുകർ അടക്കപ്പെട്ടിട്ടുണ്ട്."

"അതേയോ ഭ്രാന്താ നീ എന്നെപ്പോലെയാണോ? എന്നെപ്പോലെയാണോ നീ? എന്നാൽ ഒരു പടക്കുതിരയെന്നപോലെ നിനക്ക് കൊടുങ്കാറ്റിന്മേൽ സവാരി ചെയ്യാമോ, മിന്നൽപ്പിണരിനെ വാളായി പിടിച്ചുകൊണ്ട്?"

"നിന്നെപ്പോലെതന്നെ, ഓ രാത്രി, നിന്നെപ്പോലെ തന്നെ ശക്തൻ, ഉന്നതൻ. എന്റെ സിംഹാസനം നിർമ്മിച്ചിരിക്കുന്നത് തകർന്നുപോയ ദൈവങ്ങളുടെ കൂനകൾക്കുമേലാണ്; എന്റെ മുന്നിലൂടെയും ദിനങ്ങൾ കടന്നുപോകുന്നുണ്ട് എന്റെ വസ്ത്രത്തിന്റെ അരിക് ചുംബിക്കാൻ. പക്ഷേ, ഒരിക്കലും എന്റെ മുഖത്ത് നോക്കാറില്ല."

"നീയും എന്നെപ്പോലെയാണോ, ഏറ്റവും ഇരുണ്ട എന്റെ ഹൃദയത്തിന്റെ കുഞ്ഞേ? എന്റെ മെരുക്കപ്പെടാത്ത വിചാരങ്ങൾ നീ ചിന്തിക്കുകയും വിശാലമായ ഭാഷ നീ സംസാരിക്കുകയും ചെയ്യുന്നുണ്ടോ?"

"അതേ, നമ്മൾ ഇരട്ട സഹോദരങ്ങളാണ്, ഓ, രാത്രി എന്തെന്നാൽ നീ വിശാലത വെളിപ്പെടുത്തുന്നു, ഞാൻ എന്റെ ആത്മാവ് വെളിപ്പെടുത്തുന്നു.

59

വിശാലമായ കടൽ

എന്റെ ആത്മാവും ഞാനും കൂടെ കടലിൽ കുളിക്കാൻ പോയി. ഞങ്ങൾ തീരത്ത് എത്തിയപ്പോൾ മറവുള്ളതും വിജനവുമായ ഒരു സ്ഥലം അന്വേഷിച്ച് നടന്നു.

അങ്ങനെ നടക്കുമ്പോൾ ചാരനിറമുള്ള ഒരു പാറമേലിരുന്ന് ഒരുത്തൻ തന്റെ കൈവശമുള്ള സഞ്ചിയിൽനിന്ന് ഓരോ നുള്ള് വീതം ഉപ്പെടുത്ത് കടലിലേക്ക് ഇടുന്നത് കണ്ടു.

"ഇയാളൊരു അശുഭപ്രതീക്ഷകൻ ആണ്," എന്റെ ആത്മാവ് പറഞ്ഞു, "നമുക്ക് ഇവിടം വിടാം, നമുക്ക് കുളിക്കാൻ ഈ സ്ഥലം കൊള്ളില്ല."

ഞങ്ങൾ അങ്ങനെ നടന്നുനടന്ന് ഒരു കടലിടുക്കിന്റെ അടുത്തെത്തി. അവിടെ ഒരു വെളുത്ത പാറയിൽ നിന്നുകൊണ്ട്, ഒരു മനുഷ്യൻ രത്നങ്ങൾ പതിച്ച ഒരു പെട്ടിയിൽനിന്ന്, പഞ്ചസാരയെടുത്ത് കടലിലേക്ക് ഇട്ടുകൊണ്ടിരുന്നു.

"ഇയാൾ ഒരു ശുഭാപ്തി വിശ്വാസിയാണ്," എന്റെ ആത്മാവ് പറഞ്ഞു, "അയാളും നമ്മുടെ നഗ്നശരീരങ്ങൾ കണ്ടുകൂടാ."

പിന്നെയും ഞങ്ങൾ നടന്നു. തീരത്ത് ഒരിടത്ത് എത്തിയപ്പോൾ ഒരാൾ ചത്ത മത്സ്യങ്ങൾ പെറുക്കിയെടുത്ത് വളരെ ശ്രദ്ധാപൂർവ്വം അവയെ തിരിയെ വെള്ളത്തിലേക്ക് ഇടുന്നത് കണ്ടു.

"ഇയാളുടെ മുന്നിൽ നമുക്ക് കുളിക്കാനാവില്ല." എന്റെ ആത്മാവ് പറഞ്ഞു, "അയാൾ മനുഷ്യത്വമുള്ള ഒരു പരോപകാരിയാണ്."

ഞങ്ങൾ അയാളെയും കടന്നുപോയി. പിന്നീട് ഞങ്ങൾ എത്തിയത് മണലിൽ സ്വന്തം നിഴലിന്റെ രൂപം വരയ്ക്കുന്ന ഒരാളിന്റെയടുത്താണ്. വലിയ തിരകൾ വന്ന് അത് മായ്ച്ചു കളഞ്ഞു. പക്ഷേ, അയാൾ വീണ്ടും വീണ്ടും അത് വരച്ചുകൊണ്ടേയിരുന്നു.

“അയാളാണ് ഗൂഢാർത്ഥവാദി” എന്റെ ആത്മാവ് പറഞ്ഞു, “നമുക്ക് അയാളെവിട്ട് പോകാം.”

ഞങ്ങൾ നടത്ത തുടർന്നു, അപ്പോൾ ശാന്തമായൊരു ഉൾക്കടലിൽ ഒരാൾ കടലിലെ നുരയും പതയും കോരിയെടുത്ത് ഒരു വെണ്ണക്കൽ കിണ്ണത്തിൽ ഇടുന്നത് കണ്ടു.

“ഇയാളാണ് ആദർശവാദി” എന്റെ ആത്മാവ് പറഞ്ഞു, “തീർച്ചയായും അയാൾ നമ്മുടെ നഗ്നത കാണരുത്.”

വീണ്ടും ഞങ്ങൾ നടത്ത തുടർന്നു. പെട്ടെന്ന് ഒരു ശബ്ദം വിളിച്ചുപറയുന്നത് കേട്ടു, “ഇതാണ് ആ സമുദ്രം. ഇതാണ് ആഴമേറിയ സമുദ്രം. ഇതാണ് വിശാലവും ശക്തവുമായ സമുദ്രം.” ശബ്ദം പുറപ്പെട്ട സ്ഥലത്തേക്ക് ഞങ്ങൾ നടന്നെത്തിയപ്പോൾ കടലിന് പുറംതിരിഞ്ഞു നില്ക്കുന്ന ഒരു മനുഷ്യനെ കണ്ടു, അയാൾ ചെവിയോട് ചേർത്ത് ഒരു ശംഖ് പിടിച്ചിരുന്നു, അതിലെ മർമരം ശ്രവിച്ചുകൊണ്ട്.

എന്റെ ആത്മാവ് പറഞ്ഞു, “നമുക്ക് കടന്നുപോകാം. ഇയാളാണ് യാഥാതഥവാദി; തനിക്ക് മനസിലാക്കാൻ സാധിക്കാത്ത പൂർണ്ണതയുടെ നേർക്ക് പുറംതിരിഞ്ഞ് നില്ക്കുകയും അതിന്റെ ഒരു തുണ്ടുമായി തിരക്കിലേർപ്പെടുകയും ചെയ്യുന്നയാൾ.”

അങ്ങനെ ഞങ്ങൾ നടന്നുപോയി. കളകൾ നിറഞ്ഞ പാറക്കൂട്ടത്തിനിടയിലെ ഒരു സ്ഥലത്ത് മണലിൽ തന്റെ ശിരസ്സ് പൂഴ്ത്തിവച്ച ഒരുവനുണ്ടായിരുന്നു. ഞാൻ എന്റെ ആത്മാവിനോട് പറഞ്ഞു, “നമുക്ക് ഇവിടെ കുളിക്കാം എന്തെന്നാൽ അയാൾക്ക് നമ്മളെ കാണാൻ കഴിയില്ല.”

“വേണ്ട” എന്റെ ആത്മാവ് പറഞ്ഞു. “കാരണം ഇവരിലൊക്കെവെച്ച് ഏറ്റവും ഭയങ്കരൻ ഇയാളാണ്. അയാൾ ഒരു അതിഭക്തൻ ആണ്.”

അപ്പോൾ എന്റെ ആത്മാവിന്റെ മുഖത്തും അവളുടെ ശബ്ദത്തിലും വലിയൊരു ദുഃഖം വ്യാപിച്ചു.

“നമുക്ക് ഇവിടന്ന് പോകാം.” അവൾ പറഞ്ഞു, എന്തെന്നാൽ നമുക്ക് കുളിക്കാൻ പറ്റിയ വിജനവും രഹസ്യവുമായ ഒരു സ്ഥലമില്ല. ഈ കാറ്റ് എന്റെ സ്വർണ്ണ തലമുടി പറത്താൻ ഞാൻ അനുവദിക്കില്ല, അതേപോലെ കാറ്റിൽ എന്റെ വെളുത്ത മാറിടം അനാവൃതമാക്കാനും. അല്ലെങ്കിൽ എന്റെ പവിത്രമായ നഗ്നത വെളിപ്പെടുത്താൻ ഈ വെളിച്ചത്തെ അനുവദിക്കുകയുമില്ല.”

അപ്പോൾ ഞങ്ങൾ ആ സമുദ്രം വിട്ട് മഹാസമുദ്രത്തെ അന്വേഷിച്ച് നീങ്ങി.

60

ക്രൂശിക്കപ്പെട്ടവൻ

ഞാൻ പുരുഷാരത്തോട് വിളിച്ചു പറഞ്ഞു: "ഞാൻ ക്രൂശിക്കപ്പെടും!"

അപ്പോൾ അവർ പറഞ്ഞു: "എന്തിന് നിന്റെ രക്തം ഞങ്ങളുടെ ശിരസ്സുകളിൽ വീഴണം?"

ഞാൻ മറുപടി പറഞ്ഞു: "ഭ്രാന്തന്മാരെ ക്രൂശിലേറ്റിയിട്ടല്ലാതെ പിന്നെ എങ്ങനെ നിങ്ങൾ ഉൽക്കൃഷ്ടരാകും?"

അപ്പോൾ അവർ അനുസരിക്കുകയും ഞാൻ ക്രൂശിക്കപ്പെടുകയും ചെയ്തു. ആ ക്രൂശിക്കൽ എന്നെ ശാന്തനാക്കുകയും ചെയ്തു.

അങ്ങനെ ഞാൻ ആകാശത്തിനും ഭൂമിക്കും മദ്ധ്യേ തൂങ്ങിനിന്നപ്പോൾ എന്നെ കാണാൻ അവർ തലകൾ ഉയർത്തി. അപ്പോൾ അവർ അഭിമാനികളായി, എന്തെന്നാൽ അതിനുമുമ്പ് ഒരിക്കലും അവർ തല ഉയർത്തിയിരുന്നില്ല.

പക്ഷേ, അവർ അങ്ങനെ എന്റെ നേർക്ക് നോക്കി നില്ക്കുമ്പോൾ ഒരുവൻ വിളിച്ചു ചോദിച്ചു, "താങ്കൾ എന്തിന്റെ പരിഹാരമാണ് അന്വേഷിക്കുന്നത്?"

മറ്റൊരുവൻ ചോദിച്ചു, "എന്തിനുവേണ്ടിയാണ് താങ്കൾ സ്വയം ബലിയർപ്പിക്കുന്നത്?"

മൂന്നാമതൊരുവൻ ചോദിച്ചു: "ഈ വില നല്കി ഭുവന പ്രശസ്തി വാങ്ങാമെന്നാണോ താങ്കൾ കരുതുന്നത്?"

അപ്പോൾ നാലാമൻ പറഞ്ഞു: "നോക്കൂ, അവൻ എങ്ങനെ പുഞ്ചിരിക്കുന്നു! ഇത്തരം വേദന പൊറുക്കപ്പെടുമോ?"

അവർക്കെല്ലാവർക്കും മറുപടിയായി ഞാൻ പറഞ്ഞു: "ഞാൻ പുഞ്ചിരിച്ചു, എന്ന് മാത്രം ഓർക്കുക. ഞാൻ പരിഹാരം ചെയ്യുന്നില്ല–ബലികഴി

ക്കുന്നുമില്ല-പ്രശസ്തി ആഗ്രഹിക്കുന്നുമില്ല; എനിക്ക് ക്ഷമിക്കാൻ ഒന്നുമില്ല. എനിക്ക് ദാഹിച്ചു- ഞാൻ നിങ്ങളോട് ആവശ്യപ്പെട്ടത് എനിക്ക് പാനം ചെയ്യാൻ എന്റെ രക്തം നല്കാനാണ്. എന്തെന്നാൽ, ഒരു ഭ്രാന്തന്റെ ദാഹം ശമിപ്പിക്കാൻ അവന്റെ സ്വന്തം രക്തമല്ലാതെ മറ്റെന്തുള്ളൂ? ഞാൻ മൂകനായിരുന്നു- എന്റെ വായകളാക്കാൻ ഞാൻ നിങ്ങളുടെ മുറിവുകൾ ചോദിച്ചു. നിങ്ങളുടെ പകലുകളിലും രാവുകളിലും ആണ് എന്നെ തടവിൽ ഇട്ടിരുന്നത് – അതിനാൽ മഹത്തായ പകലുകളിലേക്കും രാവുകളിലേക്കുമുള്ള ഒരു വാതിൽ ഞാൻ അന്വേഷിച്ചു.

അങ്ങനെ ഞാൻ ഇപ്പോൾ പോകുന്നു ഇതിനോടകം ക്രൂശിതരായ മറ്റുള്ളവർ പോയതുപോലെ. പിന്നെ, ക്രൂശിക്കപ്പെടൽകൊണ്ട് നാം ക്ഷീണിതരാണെന്ന് വിചാരിക്കരുത്. എന്തെന്നാൽ, നമ്മളൊക്കെ വലിയവരാലും അതിനേക്കാളും വലിയവരാലും ക്രൂശിക്കപ്പെടണം, ഇതിനേക്കാൾ മഹത്തായ ഭൂമികൾക്കും കൂടുതൽ മഹത്തായ സ്വർഗ്ഗങ്ങൾക്കും നടുവിലായി.”

61

വാനനിരീക്ഷകൻ

ദേവാലയത്തിന്റെ നിഴലിൽ അന്ധനായ ഒരു മനുഷ്യൻ തനിച്ചിരിക്കുന്നത് ഞാനും എന്റെ സുഹൃത്തും കണ്ടു. എന്റെ സുഹൃത്ത് പറഞ്ഞു: "കണ്ടാലും, നമ്മുടെ രാജ്യത്തെ ഏറ്റവും വിജ്ഞാനിയായ മനുഷ്യനെ."

ഞാൻ എന്റെ സുഹൃത്തിനെ വിട്ട് അന്ധനായ ആ മനുഷ്യനെ സമീപിച്ച് അഭിവാദ്യം ചെയ്തു; പിന്നീട് ഞങ്ങൾ സംഭാഷണത്തിലേർപ്പെട്ടു.

അല്പനേരം കഴിഞ്ഞ് ഞാൻ ചോദിച്ചു. "എന്റെ ചോദ്യം ക്ഷമിക്കണം, താങ്കൾ എന്നുമുതൽക്കാണ് അന്ധനായത്?"

"എന്റെ ജനനം മുതൽ" അയാൾ മറുപടി പറഞ്ഞു.

അപ്പോൾ ഞാൻ ചോദിച്ചു, "താങ്കൾ വിജ്ഞാനത്തിന്റെ ഏത് ശാഖയാണ് പിന്തുടരുന്നത്?"

അയാൾ പറഞ്ഞു: "ഞാനൊരു വാനനിരീക്ഷകനാണ്." എന്നിട്ട് നെഞ്ചത്ത് കൈ വച്ചുകൊണ്ട് അയാൾ പറഞ്ഞു: "ഈ എല്ലാ സൂര്യന്മാരെയും ചന്ദ്രന്മാരെയും നക്ഷത്രങ്ങളെയും ഞാൻ നിരീക്ഷിക്കാറുണ്ട്."

62

നീണ്ട കാത്തിരിപ്പ്

ഇവിടെ ഞാൻ ഇരിക്കുന്നു, എന്റെ സഹോദരനായ പർവതത്തിനും സഹോദരിയായ സമുദ്രത്തിനും ഇടയിൽ.

ഏകാന്തതയിൽ ഞങ്ങൾ മൂവരും ഒരുമിച്ചാണ്, ഞങ്ങളെ പരസ്പരം ബന്ധിപ്പിക്കുന്ന സ്നേഹം അഗാധവും ശക്തവും അസാധാരണവുമാണ്. അല്ല, അത് എന്റെ സഹോദരിയുടെ ആഴത്തേക്കാൾ അഗാധവും സഹോദരന്റെ ബലത്തേക്കാൾ ശക്തവും എന്റെ ഭ്രാന്തിന്റെ വൈചിത്ര്യത്തേക്കാൾ അസാധാരണവുമാണ്.

ആദ്യത്തെ നരച്ച ഉഷസ്സ് ഞങ്ങളെ പരസ്പരം കാണാൻ ഇടയാക്കിയതിനുശേഷം യുഗങ്ങൾക്കു പിമ്പേ യുഗങ്ങൾ കടന്നുപോയി. ഞങ്ങൾ നിരവധി ലോകങ്ങളുടെ ജനനവും വളർച്ചയും മരണവും കണ്ടിട്ടുണ്ട്, എന്നിട്ടും ഞങ്ങൾ ഇപ്പോഴും അഭിലാഷമുള്ളവരും യൗവ്വനയുക്തരുമാണ്.

ഞങ്ങൾ അഭിലാഷമുള്ളവരും യൗവ്വനമുള്ളവരും ആണെങ്കിലും ഇപ്പോഴും ഇണയില്ലാത്തവരും സന്ദർശകരില്ലാത്തവരുമാണ്; വേർപെടാത്ത അർദ്ധലിംഗനത്തിൽ ഞങ്ങൾ കഴിയുന്നുവെങ്കിലും ഞങ്ങൾ സൗഖ്യരഹിതരാണ്. നിയന്ത്രിതമായ മോഹങ്ങൾക്കും ചെലവഴിക്കപ്പെടാത്ത ആസക്തിക്കും എന്ത് സുഖമാണുള്ളത്? എന്റെ സഹോദരിയുടെ ശയ്യ ഊഷ്മളമാക്കാൻ എവിടന്ന് ആ ജ്വലിക്കുന്ന ദേവൻ വരും? എന്റെ സഹോദന്റെ അഗ്നി ഏത് സ്ത്രൈണ ഉറവ ശമിപ്പിക്കും? അതേപോലെ ഏത് സ്ത്രീയായിരിക്കും എന്റെ ഹൃദയത്തോട് ആജ്ഞാപിക്കുന്നത്?

നിശയുടെ നിശ്ശബ്ദതയിൽ തന്റെ ഉറക്കത്തിൽ എന്റെ സഹോദരി അഗ്നിദേവന്റെ അറിയാത്ത നാമം മന്ത്രിക്കുന്നു; എന്റെ സഹോദരൻ വിദൂരതയിൽനിന്ന് ആ തണുത്ത അകന്നിരിക്കുന്ന ദേവതയെയും വിളിക്കു

ന്നു, പക്ഷേ, എന്റെ നിദ്രയിൽ ഞാൻ ആരെ വിളിക്കുന്നു എന്ന് എനിക്കറിയില്ല.

* * * * * *

ഇവിടെ ഞാൻ ഇരിക്കുന്നു, എന്റെ സഹോദനായ പർവ്വതത്തിനും സഹോദരിയായ സമുദ്രത്തിനും ഇടയിൽ. ഏകാന്തതയിൽ ഞങ്ങൾ മൂവരും ഒരുമിച്ചാണ്, ഞങ്ങളെ പരസ്പരം ബന്ധിപ്പിക്കുന്ന സ്നേഹം അഗാധവും ശക്തവും അസാധാരണവുമാണ്.

63

ഒരു പുല്ക്കൊടി പറഞ്ഞത്

പുല്ക്കൊടി ശരത്കാലഇലയോട് പറഞ്ഞു: "നീ വീഴുമ്പോൾ എന്ത് ശബ്ദമാണ് ഉണ്ടാകുന്നത്! നീ എന്റെ ശിശിര സ്വപ്നങ്ങളെല്ലാം ശിഥിലമാക്കുന്നു."

ദേഷ്യത്തോടെ ഇല പറഞ്ഞു: "താഴ്ന്ന നിലയിൽ ജനിച്ച് താഴ്ന്ന ജീവിതം നയിക്കുന്ന പാടാൻ അറിയാത്ത, ചിണുങ്ങിക്കൊണ്ടിരിക്കുന്ന ഒരു സാധനം! നീ ഉന്നതമായ അന്തരീക്ഷത്തിൽ അല്ല ജീവിക്കുന്നത്, അതുകൊണ്ട് ഗാനാലാപനത്തിന്റെ സ്വരം തിരിച്ചറിയാൻ നിനക്കാവില്ല."

അനന്തരം ആ ശരത്കാല ഇല നിലത്തുകിടന്ന് ഉറങ്ങിപ്പോയി. പിന്നെ വസന്തം വന്നപ്പോൾ അവൾ വീണ്ടും ഉണർന്നു – അപ്പോൾ അവൾ ഒരു പുല്ക്കൊടിയായിരുന്നു.

വീണ്ടും ശരത്കാലം വരുകയും അവൾക്ക് ശിശിരത്തിലെ ഉറക്കമുണ്ടാകുകയും അവളുടെ മുകളിൽ വായുവിലൂടെ ഇലകൾ കൊഴിഞ്ഞു വീഴുകയും ചെയ്തുകൊണ്ടിരുന്നപ്പോൾ അവൾ സ്വയം പിറുപിറുത്തു, "ഓ ഈ ശരത്കാല ഇലകൾ! എന്തൊരു ശബ്ദമാണ് ഇവറ്റകൾ ഉണ്ടാക്കുന്നത്! എന്റെ ശിശിര സ്വപ്നങ്ങളെല്ലാം അവർ ചിതറിച്ചുകളയുന്നു."

64

കണ്ണ്

കണ്ണ് ഒരുദിവസം പറഞ്ഞു: "ഈ താഴ്‌വരകൾക്ക് അപ്പുറം കോട മഞ്ഞിന്റെ നീലമൂടുപടമണിഞ്ഞ ഒരു പർവ്വതം ഞാൻ ദർശിക്കുന്നു. അത് സുന്ദരമല്ലേ?"

ഇത് ശ്രവിച്ച കാത്, അല്പനേരം ഗാഢമായി ചെവിയോർത്തിട്ട് പറഞ്ഞു: "പക്ഷേ, എവിടെയാണ് ഈ പർവ്വതം? ഞാൻ അത് കേൾക്കുന്നില്ലല്ലോ."

അപ്പോൾ കൈ പറഞ്ഞു, "ഞാൻ അതിനെ തൊട്ടറിയാനും സ്പർശിക്കാനും നടത്തിയ ശ്രമം വൃഥാവിലായി, എനിക്ക് ഒരു പർവ്വതവും അറിയാനാവുന്നില്ല."

മൂക്ക് പറഞ്ഞു: "അങ്ങനെയൊരു പർവതമില്ല, എനിക്ക് അത് മണക്കാനാവുന്നില്ല."

അപ്പോൾ കണ്ണ് അതിന്റെ നോട്ടം മറ്റൊരു ദിശയിലേക്ക് മാറ്റി, അവരെല്ലാവരും കൂടെ കണ്ണിന്റെ വിചിത്രമായ മിഥ്യാബോധത്തെക്കുറിച്ച് സംസാരിക്കാൻ തുടങ്ങി. അവർ പറഞ്ഞു: "ഈ കണ്ണിന് എന്തോ തകരാറുണ്ട്."

65

രണ്ടു പണ്ഡിതർ

ഒരിക്കൽ അഫ്ക്കാർ എന്ന പുരാതന നഗരത്തിൽ രണ്ട് പണ്ഡിതർ ജീവിച്ചിരുന്നു. അവർ പരസ്പരം വെറുക്കുകയും അപരന്റെ പാണ്ഡിത്യത്തെ ചെറുതാക്കി കാണിക്കുകയും ചെയ്തുപോന്നു. എന്തെന്നാൽ ഒരാൾ ദൈവാസ്തിത്വത്തെ നിഷേധിച്ചപ്പോൾ മറ്റേയാൾ വിശ്വാസിയായിരുന്നു.

ഒരുദിവസം അവർ ചന്തസ്ഥലത്ത് കണ്ടുമുട്ടിയപ്പോൾ, അവരുടെ ശിഷ്യന്മാർക്കിടയിൽ ദൈവത്തിന്റെ അസ്തിത്വത്തെക്കുറിച്ചും അസ്തിത്വമില്ലായ്മയെക്കുറിച്ചും ഒരു വിവാദം ഉണ്ടായി. മണിക്കൂറുകൾ നീണ്ട തർക്കത്തിനു ശേഷം അവർ പിരിഞ്ഞുപോയി.

അന്ന് വൈകുന്നേരം ആ അവിശ്വാസി ദേവാലയത്തിൽചെന്ന് അൾത്താരയ്ക്കു മുമ്പിൽ സാഷ്ടാംഗപ്രണാമം ചെയ്തപ്പോൾ, തന്റെ ദുശ്ശീലമുള്ള ഭൂതകാലം പൊറുക്കണമെന്ന് ദൈവത്തോട് പ്രാർത്ഥിച്ചു.

അതേ നാഴികയിൽ തന്നെ മറ്റേ പണ്ഡിതൻ, ദൈവമുണ്ടെന്ന് പ്രസ്താവിച്ചിരുന്നയാൾ, തന്റെ വിശുദ്ധ ഗ്രന്ഥങ്ങൾ കത്തിച്ചു കളഞ്ഞു. എന്തെന്നാൽ അയാൾ ഒരു അവിശ്വാസിയായി മാറിയിരുന്നു.

66

എന്റെ ദുഃഖം ജനിച്ചപ്പോൾ

എന്റെ ദുഃഖം പിറന്നപ്പോൾ ഞാൻ അതിനെ ശ്രദ്ധാപൂർവ്വം പരിപാലിച്ചു, സ്നേഹപൂർവ്വമായ ലാളനകൊണ്ട് അതിനെ ശ്രദ്ധിച്ചു.

എന്റെ ദുഃഖം ജീവനുള്ള എല്ലാറ്റിനെയും പോലെ വളർന്നു, ശക്തിയും സൗന്ദര്യവുമുള്ളതും ആശ്ചര്യകരമായ സന്തോഷങ്ങൾ നിറഞ്ഞതുമായിട്ട്.

ഞങ്ങൾ പരസ്പരം സ്നേഹിച്ചു, എന്റെ ദുഃഖവും ഞാനും, പിന്നെ ഞങ്ങൾ ചുറ്റുമുള്ള ലോകത്തെ സ്നേഹിച്ചു; എന്തെന്നാൽ ദുഃഖത്തിന് ദയയുള്ളൊരു ഹൃദയമുണ്ടായിരുന്നു, എന്റെ ഹൃദയം ദുഃഖത്തോട് ദയയുള്ളതും.

പിന്നെ ഞങ്ങൾ, ഞാനും എന്റെ ദുഃഖവും, സംസാരിച്ചപ്പോൾ ഞങ്ങളുടെ പകലുകൾക്ക് ചിറകുകളും രാവുകൾക്ക് സ്വപ്നങ്ങളുടെ അരഞ്ഞാണവും ഉണ്ടായി; എന്തെന്നാൽ ദുഃഖത്തിന് വാചാലമായൊരു നാവുണ്ടായിരുന്നു, എന്റെ നാവും ദുഃഖത്തോടൊപ്പം വാചാലമായിരുന്നു.

ഞങ്ങൾ, ഞാനും എന്റെ ദുഃഖവും ഒരുമിച്ച് നടന്നപ്പോൾ ആളുകൾ ദയാപൂർണ്ണമായ കണ്ണുകളോടെ ഞങ്ങളെ കടാക്ഷിച്ചു, അത്യധികം മധുരിക്കുന്ന വാക്കുകളിൽ നിമന്ത്രിക്കുകയും ചെയ്തു. ഞങ്ങളെ അസൂയയോടുകൂടി നോക്കിയവരും ഉണ്ടായിരുന്നു. എന്തെന്നാൽ ദുഃഖം ഒരു കുലീനയായിരുന്നു, ഞാൻ ദുഃഖത്തെക്കുറിച്ച് അഭിമാനിക്കുന്നവനും.

പക്ഷേ, എന്റെ ദുഃഖം മരിച്ചുപോയി ജീവിക്കുന്ന എല്ലാറ്റിനേയും പോലെ തനിയെ പരിപാലിക്കാനും ചിന്തിക്കാനും എന്നെ വിട്ടുകൊണ്ട്.

ഇപ്പോൾ ഞാൻ സംസാരിക്കുമ്പോൾ എന്റെ വാക്കുകൾ എന്റെ കാതുകളിൽ ഭാരത്തോടെ പതിക്കുന്നു.

ഞാൻ എന്റെ ഗാനങ്ങൾ ആലപിക്കുമ്പോൾ അയൽക്കാർ ശ്രവിക്കാൻ വരാറില്ല.

തെരുവുകളിലൂടെ ഞാൻ നടന്നുപോകുമ്പോൾ ആരും എന്നെ നോക്കാറില്ല.

എന്റെ ഉറക്കത്തിൽ മാത്രം സഹതാപത്തോടെ ഇങ്ങനെ പറയുന്ന ശബ്ദങ്ങൾ ഞാൻ കേൾക്കുന്നു, "കണ്ടോ, തന്റെ സ്വന്തം ദുഃഖം മരിച്ചുപോയ മനുഷ്യനാണ് അവിടെ കിടക്കുന്നത്."

67

എന്റെ സന്തോഷം ജനിച്ചപ്പോൾ

എന്റെ സന്തോഷം ജനിച്ചപ്പോൾ, ഞാൻ അതിനെ കൈകളിലെടുത്ത് പുരപ്പുറത്ത് കയറിനിന്ന് വിളിച്ചു പറഞ്ഞു: "നിങ്ങൾ വരുവിൻ എന്റെ അയൽക്കാരെ, വന്ന് കാണുവിൻ, എന്തെന്നാൽ ഇന്ന് എനിക്ക് സന്തോഷം പിറന്നിരിക്കുന്നു. വരികയും കാണുകയും ചെയ്യുവിൻ സൂര്യ പ്രകാശത്തിൽ ചിരിക്കുന്ന ഈ സന്തുഷ്ടമായ സാധനത്തെ."

പക്ഷേ, അയൽക്കാരിൽ ആരുംതന്നെ എന്റെ സന്തോഷത്തെ കാണാൻ വന്നില്ല, അതിൽ എന്റെ അത്ഭുതം വളരെ വലുതായിരുന്നു.

പിന്നീട് ഏഴ് മാസത്തേക്കും ഓരോ ദിവസവും പുരപ്പുറത്തു കയറി നിന്ന് ഞാൻ എന്റെ സന്തോഷം പ്രഖ്യാപിച്ചു. എന്നിട്ട് ആരും എന്നെ ശ്രദ്ധിച്ചില്ല. ഞാനും എന്റെ സന്തോഷവും തനിച്ചായി, അന്വേഷിക്കാൻ ആരുമില്ലാതെയും സന്ദർശകരില്ലാതെയും.

അപ്പോൾ എന്റെ സന്തോഷം വിളറുകയും ക്ഷീണിതയാകുകയും ചെയ്തു. എന്തുകൊണ്ടെന്നാൽ എന്റേതൊഴികെ മറ്റൊരു ഹൃദയവും അതിന്റെ സൗന്ദര്യം കണ്ടില്ല. മറ്റ് അധരങ്ങൾ ഒന്നും അതിന്റെ അധരങ്ങളിൽ ചുംബിച്ചതുമില്ല.

അങ്ങനെ ഒറ്റപ്പെടലിൽ എന്റെ സന്തോഷം മരിച്ചു. ഇപ്പോൾ ഞാൻ മാത്രം മരിച്ചുപോയ എന്റെ സന്തോഷത്തെ ഓർക്കുന്നു, മരിച്ചുപോയ എന്റെ ദുഃഖത്തെ ഓർക്കുന്നതിലൂടെ. പക്ഷേ, ഓർമയെന്നത് ശരത്കാലത്തെ ഒരു ഇലപോലെയാണ്, അത് കാട്ടിൽ അല്പനേരം മർമ്മരം പൊഴിക്കുന്നു. പിന്നീട് ആരും ഒന്നും കേൾക്കാറില്ല.

68

ദൈവത്തിന്റെ വിഡ്ഢി

ഒരിക്കൽ ഷാരിയ എന്ന മഹത്തായ നഗരത്തിലേക്ക് മരുഭൂമിയിൽ നിന്ന് ഒരാൾ വന്നു; അയാളൊരു സ്വപ്നജീവി ആയിരുന്നു; അയാൾക്ക് ധരിച്ചിരുന്ന വസ്ത്രവും ഒരു വടിയും അല്ലാതെ മറ്റൊന്നുമില്ലായിരുന്നു.

തെരുവുകളിലൂടെ നടന്ന അയാൾ ദേവാലയങ്ങളും ഗോപുരങ്ങളും കൊട്ടാരങ്ങളുമൊക്കെ അത്ഭുതത്തോടും ഭയപ്പാടോടുംകൂടി നോക്കിക്കണ്ടു; എന്തെന്നാൽ ഷാരിയ നഗരം അത്യന്തം മനോഹരമായിരുന്നു. അയാൾ പലപ്പോഴും വഴിപോക്കരോട് അവരുടെ നഗരത്തെക്കുറിച്ച് അന്വേഷിച്ചു, പക്ഷേ, അവർക്ക് അയാളുടെ ഭാഷ മനസ്സിലായില്ല. അയാൾക്ക് അവരുടേതും.

ഉച്ചസമയമായപ്പോൾ അയാൾ വലിയൊരു സത്രത്തിനു മുന്നിൽ നിന്നു. മഞ്ഞനിറമുള്ള മാർബിൾകൊണ്ട് നിർമ്മിച്ച ആ സത്രത്തിലേക്ക് ആൾക്കാർ തടസ്സമൊന്നുമില്ലാതെ പോകുകയും വരികയും ചെയ്തിരുന്നു.

"ഇതൊരു ദേവാലയമായിരിക്കണം," അയാൾ സ്വയം പറഞ്ഞു, എന്നിട്ട് അയാളും അകത്തേക്ക് പോയി. പക്ഷേ, അയാളെ അത്ഭുതപ്പെടുത്തിയത് താൻ അത്യധികം പ്രൗഢിയുള്ള ഒരു വലിയ ഹാളിനകത്താണെന്നും അവിടെ വലിയൊരു കൂട്ടം സ്ത്രീകളും പുരുഷന്മാരും നിരവധി മേശകൾക്ക് ചുറ്റും ഇരിക്കുന്നുവെന്നും മനസ്സിലാക്കിയപ്പോഴാണ്. അവർ തിന്നുകയും കുടിക്കുകയും ഗായകരുടെ സംഗീതം ശ്രവിക്കുകയുമായിരുന്നു.

"അല്ല," ആ സ്വപ്നജീവി പറഞ്ഞു: "ഇത് പ്രാർത്ഥനയൊന്നുമല്ല. രാജകുമാരൻ ജനങ്ങൾക്ക് നല്കുന്ന ഏതെങ്കിലും സൽക്കാരമായിരിക്കും ഏതോ മഹത്തായ സംഭവം ആഘോഷിക്കാൻ വേണ്ടി."

അന്നേരം ഒരു മനുഷ്യൻ, രാജാവിന്റെ അടിമയെന്ന് അയാൾക്കു തോന്നിയ ഒരുവൻ, അയാളെ സമീപിച്ച് ഇരിക്കാൻ ആംഗ്യം കാണിച്ചു. അതിനുശേഷം അയാൾക്ക് ഇറച്ചിയും വീഞ്ഞും നല്ല നല്ല മധുര പലഹാരങ്ങളുമൊക്കെ വിളമ്പി.

നല്ലപോലെ ഭക്ഷണം കഴിച്ചശേഷം ആ സ്വപ്നജീവി പോകാനായി എണീറ്റു. വാതിൽക്കൽ എത്തിയപ്പോൾ ഭംഗിയായി വസ്ത്രധാരണം ചെയ്ത ആജാനുബാഹുവായ ഒരുത്തൻ അയാളെ തടഞ്ഞുനിറുത്തി.

"ഇത് രാജകുമാരൻ തന്നെയായിരിക്കണം," ആ സ്വപ്നജീവി മനസ്സിൽ പറഞ്ഞു, എന്നിട്ട് അയാളെ കുമ്പിട്ടുകൊണ്ട് നന്ദി പറഞ്ഞു.

അപ്പോൾ ആജാനുബാഹു, നഗരത്തിലെ ഭാഷയിൽ പറഞ്ഞു: "സാർ താങ്കൾ അത്താഴത്തിന്റെ പൈസ നല്കിയിട്ടില്ല."

സ്വപ്നജീവിക്ക് അത് മനസ്സിലായില്ല, അയാൾ വീണ്ടും നന്ദി രേഖപ്പെടുത്തി. അപ്പോൾ ആജാനബാഹു അയാളെ ഒരിക്കൽക്കൂടി ഓർമിപ്പിച്ചു, എന്നിട്ട് സ്വപ്നജീവിയെ കൂടുതൽ ശ്രദ്ധിച്ചുനോക്കി. അപ്പോൾ അയാൾക്ക് മനസ്സിലായി ഇത് ഒരപരിചിതനാണെന്ന്. പഴകിയ വസ്ത്രമാണ് ധരിച്ചിരിക്കുന്നത്. വാസ്തവത്തിൽ അയാൾ കഴിച്ച ഭക്ഷണത്തിന് പണം നല്കാനുള്ള വകയുമില്ല. അപ്പോൾ ആജാനുബാഹു കൈകൊട്ടി വിളിച്ചയുടനെ നഗരത്തിലെ നാല് സുരക്ഷാഭടന്മാർ എത്തി. അവർ ആജാനബാഹു പറഞ്ഞത് കേട്ടു. എന്നിട്ട് അവർ ആ സ്വപ്നജീവിയെ പിടിച്ചുകൊണ്ടുപോയി, രണ്ടുപേർ വീതം ഓരോ വശത്തും നിന്ന്. സ്വപ്നജീവി അവരുടെ വസ്ത്രത്തിന്റെ ആഡംബരം ശ്രദ്ധിച്ചു. അവരുടെ പെരുമാറ്റരീതികളും മറ്റും കണ്ട് സന്തോഷത്തോടെയാണ് സ്വപ്നജീവി അവരെ നോക്കിയത്.

അയാൾ പറഞ്ഞു: "ഇവർ നല്ല വകതിരിവ് ഉള്ളവരാണല്ലോ."

അവരെല്ലാവരും ഒരുമിച്ച് നടന്ന് കോടതിവരെയെത്തി, അതിനകത്ത് കടന്നു.

സ്വപ്നജീവി തന്റെ മുന്നിൽ കണ്ടത്, രാജകീയമായ വസ്ത്രങ്ങൾ ധരിച്ച, താടി നീട്ടി വളർത്തിയ, അഭിവന്ദ്യനായ ഒരാൾ ഒരു സിംഹാസനത്തിൽ ഇരിക്കുന്നതാണ്. അയാൾ വിചാരിച്ചു. അത് രാജാവാണെന്ന്. തന്നെ അദ്ദേഹത്തിന്റെ മുമ്പിൽ കൊണ്ടുചെന്നതിൽ അയാൾ സന്തോഷവാനായി.

അപ്പോൾ അംഗരക്ഷകരിൽ ഒരുവൻ അഭിവന്ദ്യനായ ആ മനുഷ്യനോട്, അദ്ദേഹമായിരുന്നു ന്യായാധിപൻ, സ്വപ്നജീവിക്കെതിരായ കുറ്റം പറഞ്ഞുകേൾപ്പിച്ചു. ആ ജഡ്ജി രണ്ട് വക്കീലന്മാരെ നിയമിച്ചു, ഒന്ന് കുറ്റം വ്യക്തമാക്കാനും മറ്റേത് ആ അപരിചിതനെ പ്രതിരോധിക്കാനും. അനന്തരം വക്കീലന്മാർ എണീറ്റ് ഒരാൾക്കുശേഷം മറ്റേയാൾ എന്ന രീതിയിൽ ഓരോരുത്തരും അവരുടെ വാദമുഖങ്ങൾ നിരത്തി. സ്വപ്നജീവി വിചാരിച്ചത് താൻ സ്വാഗത പ്രസംഗങ്ങൾ കേൾക്കുകയാണ് എന്നായിരുന്നു. അയാളുടെ ഹൃദയം രാജാവിനോടും രാജകുമാരനോടുമുള്ള നന്ദി

കൊണ്ട് നിറഞ്ഞു, തനിക്കുവേണ്ടി ചെയ്തതിനെല്ലാം.

അതിനുശേഷം സ്വപ്നജീവിയുടെ മേൽ വിധി പ്രസ്താവിക്കപ്പെട്ടു, അയാളുടെ കഴുത്തിൽ കെട്ടിത്തൂക്കിയ ഒരു പലകയിൽ അയാൾ ചെയ്ത കുറ്റം എഴുതിയിടാനും ഇരിപ്പിടം ഇല്ലാത്ത കുതിരപ്പുറത്തിരുത്തി നഗരം മുഴുവൻ ഒരു ചെണ്ടക്കാരന്റെയും കുഴലൂത്തുകാരന്റെയും പുറകിലായി ചുറ്റിക്കാനുമായിരുന്നു ഉത്തരവ്.

അങ്ങനെ ഇരിപ്പിടമില്ലാത്ത കുതിരയുടെമേൽ കുഴലൂത്തുകാരന്റെയും ചെണ്ടക്കാരന്റെയും അകമ്പടിയോടെ ആ സ്വപ്നജീവി സഞ്ചരിച്ചപ്പോൾ, ശബ്ദവും ബഹളവും കേട്ട് നഗരവാസികൾ പുറത്തിറങ്ങി നോക്കി അയാളെ കണ്ട് ആർത്തുചിരിച്ചു. കുട്ടികൾ കൂട്ടംചേർന്ന് തെരുവിൽനിന്ന് തെരുവിലേക്ക് അയാളുടെ പിറകേ ഓടി. ആ സ്വപ്നജീവിയുടെ ഹൃദയം ആനന്ദനിർവൃതികൊണ്ട് നിറഞ്ഞു; അയാളുടെ കണ്ണുകളിലെ തിളക്കം അവരുടെമേൽ പതിച്ചു. എന്തെന്നാൽ അയാളെ സംബന്ധിച്ചിടത്തോളം കഴുത്തിലെ പലകയും എഴുത്തും രാജാവിന്റെ അനുഗ്രഹത്തിന്റെ അടയാളവും ആഘോഷയാത്ര അയാളെ ആദരിക്കാനും വേണ്ടിയുള്ളതുമായിരുന്നു.

അങ്ങനെ അയാൾ സവാരി ചെയ്യുമ്പോൾ ആൾക്കൂട്ടത്തിനിടയിൽ തന്നെപ്പോലെതന്നെ മരുഭൂമിയിൽനിന്നും വന്ന ഒരാളെക്കണ്ട് അവന്റെ ഹൃദയം സന്തോഷത്താൽ നിറഞ്ഞപ്പോൾ അയാൾ അവനോട് ഉച്ചത്തിൽ വിളിച്ചു പറഞ്ഞു:

“കൂട്ടുകാരാ! കൂട്ടുകാരാ! നാം ഇപ്പോൾ എവിടെയാണ്? ഹൃദയം കൊതിക്കുന്ന ഈ നഗരം ഏതാണ്? ധാരാളികളായ ആതിഥേയരുടെ ഏത് കുലമാണിത്? യാദൃച്ഛികമായി വരുന്ന അതിഥികളെ അവരുടെ കൊട്ടാരത്തിൽ ഊട്ടുകയും അവർക്ക് ചങ്ങാതിമാരായി രാജകുമാരന്മാർ നില്ക്കുകയും അവന്റെ നെഞ്ചത്ത് രാജാവ് ഒരു പതക്കം തൂക്കുകയും സ്വർഗത്തിൽനിന്ന് ഇറങ്ങിവന്ന ഒരു നഗരത്തിന്റെ ആതിഥ്യമര്യാദ അവനുവേണ്ടി തുറന്നിടുകയും ചെയ്യുന്നവർ.”

അതേ മരുഭൂമിയിൽ നിന്നുതന്നെ വന്ന ആ മനുഷ്യൻ മറുപടിയൊന്നും പറഞ്ഞില്ല, അയാൾ ഒന്ന് പുഞ്ചിരിക്കുകയും ചെറുതായി തല കുലുക്കുകയും മാത്രം ചെയ്തു. അങ്ങനെ ആ ഘോഷയാത്ര കടന്നുപോയി.

അപ്പോൾ ആ സ്വപ്നജീവിയുടെ മുഖം പ്രസന്നമാകുകയും അയാളുടെ കണ്ണുകൾ പ്രകാശംകൊണ്ട് നിറഞ്ഞൊഴുകുകയും ചെയ്തു.

69

സന്ന്യാസിയായ രാജാവ്

അവർ എന്നോട് പറഞ്ഞു: മലകൾക്കിടയിലുള്ള വനത്തിൽ ഒരു യുവാവ് ഏകാന്തവാസം അനുഷ്ഠിക്കുന്നുവെന്നും, അയാൾ ഒരിക്കൽ രണ്ട് നദികൾക്കും അപ്പുറത്തുമുള്ള വിശാലമായ രാജ്യത്തെ രാജാവായിരുന്നുവെന്നും, അയാൾ സ്വമനസ്സാലെയാണ്, തന്റെ സിംഹാസനവും മഹത്തായ രാജ്യവും വിട്ട് ഈ വനവാസത്തിന് വന്നത് എന്നുംകൂടി അവർ പറഞ്ഞു.

ഞാൻ അവരോട് പറഞ്ഞു: "ഞാൻ ആ മനുഷ്യനെ അന്വേഷിച്ച് കണ്ടെത്തും, അയാളുടെ ഹൃദയരഹസ്യം മനസ്സിലാക്കും; എന്തെന്നാൽ ഒരു രാജ്യം ഉപേക്ഷിക്കുന്നവൻ തീർച്ചയായും ആ രാജ്യത്തേക്കാൾ മഹത്ത്വമുള്ളവനായിരിക്കണം."

അന്നുതന്നെ ഞാൻ അയാൾ വസിക്കുന്ന വനത്തിലേക്ക് പോയി. ഒരു വെള്ള സൈപ്രസ് മരത്തിന്റെ കീഴിൽ ഇരിക്കുന്ന അയാളെ ഞാൻ കണ്ടെത്തി, അയാളുടെ കൈയിൽ ഒരു മുളവടി ഉണ്ടായിരുന്നു, അതൊരു ചെങ്കോലെന്നപോലെയാണ് അയാൾ പിടിച്ചിരുന്നത്. ഒരു രാജാവിനെയെന്നപോലെ ഞാൻ അയാളെ അഭിവാദ്യം ചെയ്തു. അപ്പോൾ എന്റെ നേർക്ക് തിരിഞ്ഞു സൗമ്യമായി അയാൾ ചോദിച്ചു, "നിങ്ങൾ ഈ സ്വച്ഛമായ വനത്തിൽ വരാൻ എന്താണ് കാരണം? നിങ്ങളുടെ നഷ്ടപ്പെട്ട സ്വത്വം ഈ ഹരിത നിഴലുകളിൽ തേടുകയാണോ? അതോ നിങ്ങളുടെ ജീവിതത്തിന്റെ പോക്കുവെയിലിൽ വീട്ടിലേക്കുള്ള മടങ്ങിവരലാണോ?"

ഞാൻ പറഞ്ഞു: "ഞാൻ നിങ്ങളെമാത്രം അന്വേഷിച്ചു വന്നതാണ്. എന്തെന്നാൽ രാജ്യം ഉപേക്ഷിച്ച് വനത്തിൽ വരാൻ നിങ്ങൾക്ക് ഇടയായതെങ്ങനെയെന്ന് അറിയാൻ ഞാൻ നിർബ്ബന്ധിതനായി."

അയാൾ പറഞ്ഞു: "എന്റെ കഥ വളരെ ചെറുതാണ്, എന്തെന്നാൽ

കുമിള പൊട്ടിയത് പെട്ടെന്നാണ്. ഇപ്രകാരമാണ് അത് സംഭവിച്ചത്: ഒരു ദിവസം ഞാൻ എന്റെ കൊട്ടാരത്തിന്റെ ജാലകത്തിനരികെ ഇരിക്കുകയായിരുന്നു. എന്റെ കലവറ വിചാരിപ്പുകാരൻ പ്രഭുവും വിദേശത്തുനിന്നുള്ള ഒരു പ്രതിനിധിയും കൂടെ എന്റെ ഉദ്യാനത്തിൽ നടക്കുന്നുണ്ടായിരുന്നു. അവർ എന്റെ ജാലകത്തെ സമീപിച്ചപ്പോൾ, കലവറ വിചാരിപ്പുകാരൻ പ്രഭു സ്വയം ഇങ്ങനെ പറഞ്ഞു: ഞാൻ രാജാവിനെപ്പോലെയാണ്; എനിക്ക് വീര്യംകൂടിയ വീഞ്ഞിനുവേണ്ടിയുള്ള ദാഹവും എല്ലാ മൃഗയാവിനോദങ്ങൾക്കും വേണ്ടിയുള്ള വിശപ്പുമുണ്ട്. അതോടൊപ്പം എന്റെ രാജാവിനെപ്പോലെ എനിക്കും കോപത്തിന്റെ കൊടുങ്കാറ്റുണ്ട്. കലവറ വിചാരിപ്പുകാരൻ പ്രഭുവും വിദേശപ്രതിനിധിയും മരങ്ങൾക്കിടയിൽ മറഞ്ഞു. പക്ഷേ, ഏതാനും നിമിഷങ്ങൾക്കകം അവർ തിരിച്ചുവന്നു, ഇപ്രാവശ്യം കലവറ വിചാരിപ്പുകാരൻ പ്രഭു എന്നെക്കുറിച്ചാണ് പറഞ്ഞത്; അയാൾ പറഞ്ഞു: "എന്റെ രക്ഷകൻ മഹാരാജൻ എന്നെപ്പോലെ തന്നെയാണ് നല്ല ഉന്നമുള്ള വെടിക്കാരൻ, എന്നെപ്പോലെ അദ്ദേഹവും സംഗീതം ഇഷ്ടപ്പെടുന്നു, ഒരുദിവസം മൂന്നുനേരം കുളിക്കുകയും ചെയ്യുന്നു."

ഒരുനിമിഷത്തിനുശേഷം അദ്ദേഹം കൂട്ടിച്ചേർത്തു: "അന്നേദിവസം സായാഹ്നത്തിൽ ഞാൻ കൊട്ടാരം ഉപേക്ഷിച്ചുപോന്നു. ഇട്ടിരുന്ന വസ്ത്രം മാത്രം എടുത്തുകൊണ്ട്, എന്തെന്നാൽ, എന്റെ ദോഷങ്ങൾ തങ്ങളുടേതാണെന്ന് ഭാവിക്കുകയും അവരുടെ ഗുണങ്ങൾ എനിക്ക് ചാർത്തിത്തരുകയും ചെയ്യുന്നവരുടെ ഭരണാധിപനായി ഇനിമേൽ ഞാൻ ഇരിക്കില്ലയെന്ന് തീരുമാനിച്ചു."

ഞാൻ പറഞ്ഞു: "വാസ്തവത്തിൽ ഇതൊരു അത്ഭുതമാണ്, ഒട്ടു വിചിത്രവുമായി തോന്നുന്നു."

അപ്പോൾ അദ്ദേഹം പറഞ്ഞു: "അല്ല, എന്റെ സുഹൃത്തേ എന്റെ മൗനത്തിന്റെ വാതിലിൽ താങ്കൾ മുട്ടിയപ്പോൾ ഒരിത്തിരി മാത്രമേ കിട്ടിയുള്ളൂ. എന്തെന്നാൽ ഋതുക്കൾ അനുസ്യൂതം ഗാനമാലപിക്കുകയും നൃത്തം വയ്ക്കുകയും ചെയ്യുന്ന ഒരു വനത്തിനുവേണ്ടി ആരുംതന്നെ ഒരു രാജ്യം ഉപേക്ഷിക്കില്ല? ഏകാന്തതയുമായുള്ള മധുരിക്കുന്ന സംസർഗത്തിനും വിജനതയേക്കാൾ അല്പം കുറഞ്ഞ അവസ്ഥയ്ക്കും വേണ്ടി തങ്ങളുടെ രാജ്യം ഉപേക്ഷിച്ചവർ നിരവധിയാണ്. എണ്ണമറ്റ കഴുകന്മാർ ആകാശത്തിന്റെ ഉയരത്തിൽനിന്നും താഴേക്ക് ഇറങ്ങിവന്ന് തുരപ്പൻ എലികളുമൊത്ത് ജീവിക്കുന്നു, ഭൂമിയുടെ രഹസ്യങ്ങൾ മനസ്സിലാക്കാനായിട്ട് സ്വപ്നങ്ങളില്ലാത്തവരിൽനിന്നും അകന്നതായി തോന്നാതിരിക്കാൻ തങ്ങളുടെ സ്വപ്നരാജ്യങ്ങൾ ത്യജിക്കുന്നവരും ഉണ്ട്. നഗ്നതയുടെ രാജ്യം ഉപേക്ഷിച്ചശേഷം തങ്ങളുടെ ആത്മാവുകളെ മൂടിവയ്ക്കുന്നവരുണ്ട്, അനാച്ഛാദിത സത്യവും മറയില്ലാത്ത സൗന്ദര്യവുംകണ്ട് മറ്റുള്ളവർ ലജ്ജിക്കേണ്ട എന്ന് കരുതി. ഇവരേക്കാളൊക്കെ മഹത്ത്വമുള്ളവനാണ്, താൻ അഹങ്കാരിയും ആത്മപ്രശംസ നടത്തുന്നവനുമായി തോന്നപ്പെടാതിരിക്കാൻവേണ്ടി ദുഃഖത്തിന്റെ രാജ്യം ഉപേക്ഷിക്കുന്നവൻ."

അതിനുശേഷം അദ്ദേഹം എണീറ്റ് മുളവടിയിൽ ഊന്നിനിന്നു കൊണ്ട് പറഞ്ഞു: "ഇപ്പോൾ നിങ്ങൾ പോയി ആ മഹാനഗരത്തിന്റെ കവാടത്തിൽ ഇരുന്നുകൊണ്ട് അതിലേക്ക് പ്രവേശിക്കുന്നവരെയും അതിൽനിന്ന് പുറത്തേക്കു പോകുന്നവരെയും നിരീക്ഷിക്കുക. അപ്പോൾ നിങ്ങൾക്ക് കാണാം രാജാവായി ജനിച്ചവനെങ്കിലും രാജ്യമില്ലാത്തവനെ; ശരീരംകൊണ്ടാണ് ഭരിക്കുന്നതെങ്കിലും ആത്മാവിൽ ഭരിക്കുന്നവൻ–അവനോ അവന്റെ പ്രജകൾക്കോ അത് അറിയില്ലെങ്കിലും; അതേപോലെ താൻ ഭരിക്കുന്നു എന്ന തോന്നലുണ്ടാകുമെങ്കിലും യഥാർത്ഥത്തിൽ തന്റെ സ്വന്തം അടിമകളുടെ അടിമയായവനെയും."

ഇത്രയും കാര്യങ്ങൾ പറഞ്ഞശേഷം അദ്ദേഹം എന്നെ നോക്കി പുഞ്ചിരിച്ചു, അപ്പോൾ അയാളുടെ അധരങ്ങളിൽ ആയിരം സൂര്യോദയങ്ങൾ ഉണ്ടായിരുന്നു. അനന്തരം അദ്ദേഹം വനത്തിന്റെ ഹൃദയഭാഗത്തേക്ക് കടന്നുപോയി.

ഞാൻ നഗരത്തിലേക്ക് മടങ്ങിപ്പോയി.

അദ്ദേഹം പറഞ്ഞപോലെ, നഗരകവാടത്തിലിരുന്ന് അതുവഴി കടന്നുപോകുന്നവരെ നിരീക്ഷിച്ചു. അന്നുമുതൽ ഇന്നുവരെ എന്റെമേൽ നിഴൽ വീഴ്ത്തിക്കൊണ്ട് കടന്നുപോയ രാജാക്കന്മാർ എണ്ണമറ്റതാണ്, എന്റെ നിഴൽ വീണ പ്രജകളുടെ എണ്ണം തുച്ഛവും.

70

സിംഹത്തിന്റെ പുത്രി

സിംഹാസനത്തിലിരുന്ന് ഉറങ്ങുകയായിരുന്ന വൃദ്ധയായ ഒരു രാജ്ഞിയെ വീശിക്കൊണ്ട് നാല് അടിമകൾ നിന്നു. രാജ്ഞി കൂർക്കംവലിക്കുകയും ചെയ്തിരുന്നു. രാജ്ഞിയുടെ മടിയിൽ ഒരു പൂച്ച കിടന്ന് ചെറുതായി ചീറ്റിക്കൊണ്ട് ആ അടിമകളെ ആലസ്യത്തോടെ വീക്ഷിച്ചു.

ഒന്നാമത്തെ അടിമ പറഞ്ഞു: “ഈ വൃദ്ധയായ സ്ത്രീ ഉറക്കത്തിൽ എത്ര വിരൂപയാണ്. അവളുടെ വായ തൂങ്ങിയിരിക്കുന്നു; ചെകുത്താൻ കഴുത്ത് ഞെരിക്കുന്നതുപോലുണ്ട് അവൾ ശ്വാസം വിടുമ്പോൾ.”

അപ്പോൾ പൂച്ച ചീറ്റിക്കൊണ്ട് പറഞ്ഞു: “നീ നിന്റെ അടിമത്തത്തിൽ ഉണർന്നിരിക്കുന്നതിന്റെ പകുതിപോലും വൈരൂപ്യമില്ല അവർ ഉറങ്ങുമ്പോൾ.”

രണ്ടാമത്തെ അടിമ പറഞ്ഞു: “നിങ്ങൾ വിചാരിക്കുന്നുണ്ടാവും ഉറക്കം അവളുടെ ചുളിവുകൾ മയപ്പെടുത്തുമെന്ന്, അവ വർദ്ധിപ്പിക്കുന്നതിന് പകരം. അവൾ എന്തോ ചീത്തവൃത്തി സ്വപ്നം കാണുകയാണ്.”

അപ്പോൾ പൂച്ച ചീറ്റി: “നിനക്കും കിടന്ന് ഉറങ്ങിക്കൊണ്ട് നിന്റെ സ്വാതന്ത്ര്യത്തെക്കുറിച്ച് സ്വപ്നം കണ്ടുകൂടേ?”

മൂന്നാമത്തെ അടിമ പറഞ്ഞു: “ഒരുവേള അവൾ വധിച്ചിട്ടുള്ള എല്ലാവരുടെയും ഘോഷയാത്രയായിരിക്കും അവൾ സ്വപ്നത്തിൽ കാണുന്നത്.”

അപ്പോൾ പൂച്ച ചീറ്റി, “ഏയ് നിന്റെ പൂർവ്വികരുടെയും നിന്റെ പിൻഗാമികളുടെയും ഘോഷയാത്രയാണ് അവർ കാണുന്നത്.”

നാലാമത്തെ അടിമ പറഞ്ഞു: “അവളെക്കുറിച്ച് സംസാരിക്കുന്നതൊക്കെ വളരെ നല്ലതുതന്നെ, പക്ഷേ, അതുകൊണ്ടൊന്നും എനിക്ക് ഇങ്ങനെ നിന്ന് വീശുന്നതിന്റെ ക്ഷീണം കുറയുന്നില്ല.”

അപ്പോൾ പൂച്ച ചീറ്റി, "നീ അനന്തകാലം ഇങ്ങനെ വീശേണ്ടിവരും, എന്തെന്നാൽ ഭൂമിയിൽ എപ്രകാരമാണോ അപ്രകാരമാണ് സ്വർഗ്ഗത്തിലും."

ആ സമയത്ത് വൃദ്ധരാജ്ഞി ഉറക്കത്തിൽ തലയാട്ടി അവരുടെ കിരീടം നിലത്ത് വീണു.

അടിമകളിൽ ഒരുവൻ പറഞ്ഞു: "ഇതൊരു ദുശ്ശകുനമാണ്."

പൂച്ച ചീറ്റി, "ഒരാളുടെ ചീത്തശ്ശകുനം മറ്റൊരാളുടെ നല്ലശകുനമാണ്."

രണ്ടാമത്തെ അടിമ പറഞ്ഞു: "അവൾ ഉണരുകയും കിരീടം നിലത്തുവീണ് കിടക്കുന്നത് കാണുകയും ചെയ്താൽ! തീർച്ചയായും അവൾ നമ്മളെ കൊല്ലും."

പൂച്ച ചീറ്റി, "നിങ്ങളുടെ ജനനം മുതൽ ദിനംതോറും അവർ നിങ്ങളെ കൊന്നുകൊണ്ടിരിക്കുകയാണ്, നിങ്ങൾ അത് അറിയുന്നില്ല."

മൂന്നാമത്തെ അടിമ പറഞ്ഞു: "അതേ, അവൾ നമ്മളെ കൊന്നിട്ട് പറയും ദൈവത്തിന് ബലിയർപ്പിച്ചതാണെന്ന്."

പൂച്ച ചീറ്റി, "ബലഹീനരെ മാത്രമേ ദൈവത്തിന് ബലി അർപ്പിക്കാറുള്ളൂ."

നാലാമത്തെ അടിമ മറ്റുള്ളവരോട് നിശ്ശബ്ദരായിരിക്കാൻ പറഞ്ഞിട്ട്, സാവധാനം ആ കിരീടം പൊക്കിയെടുത്ത്, അവരെ ഉണർത്താതെ രാജ്ഞിയുടെ വൃദ്ധശിരസ്സിൽ തിരിയെവച്ചു.

പൂച്ച ചീറ്റി, "ഒരു അടിമ മാത്രമേ വീണുപോയ കിരീടം പുനഃസ്ഥാപിക്കൂ."

അല്പനേരം കഴിഞ്ഞ് വൃദ്ധരാജ്ഞി ഉറക്കം ഉണർന്നു, തന്റെ ചുറ്റിനും നോക്കിയശേഷം അവൾ കോട്ടുവായിട്ടു, എന്നിട്ട് പറഞ്ഞു: 'എനിക്കു തോന്നി ഞാനൊരു സ്വപ്നം കണ്ടെന്ന്, പഴയൊരു ഓക്ക് മരത്തിന്റെ തായ്തടിക്കു ചുറ്റുമായി ഒരു തേൾ നാല് കമ്പിളിപ്പുഴുക്കളെയിട്ട് ഓടിക്കുന്നതായാണ് ഞാൻ കണ്ടത്. ഈ സ്വപ്നം എനിക്ക് തീരെ ഇഷ്ടപ്പെട്ടില്ല."

എന്നിട്ട് അവൾ കണ്ണുകളടച്ച് വീണ്ടും ഉറങ്ങാൻ തുടങ്ങി. വീണ്ടും അവൾ കൂർക്കം വലിച്ചു. ആ നാല് അടിമകളും അവളെ വീശിക്കൊണ്ടേയിരുന്നു.

അപ്പോൾ പൂച്ച ചീറ്റി, "വീശിക്കോളൂ, വീശിക്കോളൂ, വിഡ്ഢികളേ. നിങ്ങളെത്തന്നെ ദഹിപ്പിക്കുന്ന തീയല്ലാതെ മറ്റൊന്നുമല്ല നിങ്ങൾ വീശിക്കത്തിക്കുന്നത്."

71

പുണ്യവാളൻ

എന്റെ യൗവ്വനദശയിൽ ഞാനൊരു പുണ്യവാളനെ സന്ദർശിച്ചു. കുന്നുകൾക്ക് അപ്പുറത്തുള്ള നിശ്ശബ്ദമായൊരു തോപ്പിൽവച്ച്. ഞങ്ങൾ നന്മയുടെ സ്വഭാവത്തെക്കുറിച്ച് സംസാരിച്ചുകൊണ്ടിരിക്കുമ്പോൾ കുന്നിൻ മുകളിൽനിന്ന് ക്ഷീണിതനായൊരു കൊള്ളക്കാരൻ മുടന്തി നടന്നുവന്നു. അവൻ തോപ്പിൽ എത്തിയപ്പോൾ പുണ്യവാളന്റെ മുമ്പിൽ മുട്ടുകുത്തി നിന്നുകൊണ്ട് പറഞ്ഞു: "അല്ലയോ പുണ്യവാളാ, എന്നെ സമാശ്വസിപ്പിക്കണം! എന്റെ പാപങ്ങൾ എനിക്ക് ഭാരമായി തോന്നുന്നു."

പുണ്യവാളൻ മറുപടിയായി പറഞ്ഞു: "എന്റെ പാപങ്ങളും എന്റെ മേൽ നല്ലഭാരമാണ്."

കൊള്ളക്കാരൻ പറഞ്ഞു: "പക്ഷേ, ഞാനൊരു മോഷ്ടാവും പിടിച്ചുപറിക്കാരനുമാണ്."

അപ്പോൾ പുണ്യവാളൻ പറഞ്ഞു: "ഞാനും ഒരു മോഷ്ടാവും പിടിച്ചുപറിക്കാരനും ആണ്."

കൊള്ളക്കാരൻ പറഞ്ഞു: 'പക്ഷേ, ഞാനൊരു കൊലപാതകിയാണ് അനേകം മനുഷ്യരുടെ രക്തം എന്റെ കാതുകളിൽ കരയുന്നുണ്ട്."

പുണ്യവാളൻ മറുപടിയായി പറഞ്ഞു: "ഞാനും ഒരു കൊലപാതകിയാണ്, എന്റെ കാതുകളിൽ പല മനുഷ്യരുടെയും രക്തം കരയുന്നുണ്ട്."

കൊള്ളക്കാരൻ പറഞ്ഞു: "എണ്ണമറ്റ കുറ്റകൃത്യങ്ങൾ ഞാൻ ചെയ്തിട്ടുണ്ട്."

പുണ്യവാളൻ മറുപടിയായി പറഞ്ഞു: "ഞാനും എണ്ണിയാൽ തീരാത്ത കുറ്റകൃത്യങ്ങൾ ചെയ്തിട്ടുണ്ട്."

അപ്പോൾ ആ കൊള്ളക്കാരൻ എണീറ്റുനിന്ന് പുണ്യവാളനെ സൂക്ഷ്

ച്ചുനോക്കി, അവന്റെ കണ്ണുകളിൽ വിചിത്രമായൊരു നോട്ടം ഉണ്ടായിരുന്നു. പിന്നെ അവൻ ഞങ്ങളെവിട്ട് കുന്നിൻചരുവിലൂടെ ചാടിച്ചാടിയാണ് താഴോട്ട് പോയത്.

ഞാൻ പുണ്യവാളനെ നോക്കി ചോദിച്ചു: "താങ്കൾ എന്തിനാണ് ചെയ്യാത്ത കുറ്റങ്ങൾ സ്വയം ആരോപിച്ചത്? ആ മനുഷ്യൻ നിങ്ങളെ ഒട്ടും വിശ്വസിക്കാതെയാണ് പോയതെന്ന് കണ്ടില്ലേ?"

പുണ്യവാളന്റെ മറുപടി ഇങ്ങനെയായിരുന്നു: "എന്നിൽ അവന് വിശ്വാസമില്ലെന്നത് സത്യമാണ്. പക്ഷേ, അവൻ വളരെ ആശ്വാസത്തോടെയാണ് പോയത്."

ആ സമയത്ത് ദൂരെയായി ആ കൊള്ളക്കാരൻ പാടുന്നത് ഞങ്ങൾ കേട്ടു, അവന്റെ പാട്ടിന്റെ മാറ്റൊലി താഴ്വരയെ സന്തോഷത്താൽ നിറച്ചു.

72

മഹനീയ സ്വത്വം

ഇത് നടന്ന സംഭവമാണ്. ബൈബ്ലൂസിലെ രാജാവായ നുഫ്സിബാലിന്റെ കിരീടധാരണശേഷം, അദ്ദേഹം തന്റെ കിടക്കമുറിയിലേക്ക് മടങ്ങി. ആ മുറി അദ്ദേഹത്തിനുവേണ്ടി പർവ്വതത്തിലെ മൂന്ന് സന്ന്യാസി -മാന്ത്രിക നിർമ്മിച്ചതായിരുന്നു. അദ്ദേഹം തന്റെ കിരീടം മാറ്റിവെച്ച് രാജകീയവേഷം അഴിച്ചുവച്ചശേഷം ആ മുറിയുടെ മദ്ധ്യത്തിൽനിന്ന് സ്വയം വിചാരിച്ചു, താനിപ്പോൾ ബൈബ്ലൂസിലെ സർവ്വാധികാരിയായ ഭരണകർത്താവാണെന്ന്.

പെട്ടെന്ന് അയാളൊന്നു തിരിഞ്ഞു; അപ്പോൾ തന്റെ അമ്മ തനിക്ക് നല്കിയ വെള്ളിപൂശിയ നിലക്കണ്ണാടിയിൽനിന്ന് നഗ്നനായ ഒരാൾ പുറത്തുവരുന്നതാണ് കണ്ടത്.

രാജാവ് ഞെട്ടിപ്പോയി, അദ്ദേഹം ആ മനുഷ്യനോട് ഉച്ചത്തിൽ ചോദിച്ചു, "നിനക്ക് ഇവിടെന്തുകാര്യം?"

നഗ്നനായ മനുഷ്യൻ മറുപടി പറഞ്ഞു: "ഒന്നുമില്ല. ഇതൊഴികെ: നിങ്ങളെ അവർ എന്തിനാണ് രാജാവായി കിരീടമണിയിച്ചത്?"

അപ്പോൾ രാജാവ് മറുപടി പറഞ്ഞു: "എന്തെന്നാൽ ഈ നാട്ടിലെ ഏറ്റവും മഹാനായ മനുഷ്യൻ ഞാനായതുകൊണ്ട്."

നഗ്നനായ ആ മനുഷ്യൻ പറഞ്ഞു: "നിങ്ങൾ ഇതിനേക്കാൾ കൂടുതൽ മഹത്ത്വമുള്ളവനായിരുന്നെങ്കിൽ നിങ്ങൾ രാജാവാകുമായിരുന്നില്ല."

അപ്പോൾ രാജാവ് പറഞ്ഞു: "ഞാൻ ഈ നാട്ടിലെ ഏറ്റവും ശക്തനായ മനുഷ്യനായതുകൊണ്ട് അവരെന്നെ കിരീടമണിയിച്ചു."

നഗ്നനായ ആ മനുഷ്യൻ പറഞ്ഞു: "നിങ്ങൾ ഇനിയും കൂടുതൽ ശക്തനായിരുന്നെങ്കിൽ നിങ്ങൾ രാജാവാകുമായിരുന്നില്ല."

അപ്പോൾ രാജാവ് പറഞ്ഞു: "ഞാൻ ഏറ്റവും വിജ്ഞാനിയായതു

കൊണ്ട് അവരെന്നെ കിരീടമണിയിച്ചു."

നഗ്നനായ മനുഷ്യൻ പറഞ്ഞു: "നിങ്ങൾ ഇതിൽ കൂടുതൽ വിജ്ഞാനിയായിരുന്നെങ്കിൽ, രാജാവാകാൻ നിങ്ങൾ തീരുമാനിക്കില്ലായിരുന്നു."

അപ്പോൾ രാജാവ് നിലത്തുവീണ് പൊട്ടിക്കരഞ്ഞു.

നഗ്നനായ ആ മനുഷ്യൻ അപ്പോൾ അദ്ദേഹത്തെ കുനിഞ്ഞ് നോക്കി. എന്നിട്ട് ആ കിരീടമെടുത്ത് ദയാപൂർവ്വം അദ്ദേഹത്തിന്റെ കുനിഞ്ഞ ശിരസ്സിൽ വച്ചുകൊടുത്തു.

പിന്നെ നഗ്നനായ ആ മനുഷ്യൻ, സ്നേഹപൂർവ്വം രാജാവിനെ നോക്കിക്കൊണ്ട് നിലക്കണ്ണാടിയിലേക്ക് കയറിപ്പോയി.

അപ്പോൾ രാജാവ് എണീറ്റു, നേരെപോയി നിലക്കണ്ണാടിയിൽ നോക്കി. അവിടെ കിരീടം ധരിച്ചുനില്ക്കുന്ന തന്നെയല്ലാതെ മറ്റാരെയും രാജാവ് കണ്ടില്ല.

73

യുദ്ധവും ചെറുരാഷ്ട്രങ്ങളും

ഒരിക്കൽ ഒരു പച്ചപ്പുൽത്തകിടിയിൽ ഒരു ആടും ആട്ടിൻകുട്ടിയും മേയുകയായിരുന്നു. അതിന് മുകളിലായി ആകാശത്ത് വട്ടമിട്ട് പറന്നു കൊണ്ടിരുന്ന ഒരു കഴുകൻ ആർത്തിയോടെ താഴെ കുഞ്ഞാടിനെ നോക്കി. കഴുകൻ തന്റെ ഇരയെ പിടിക്കാനായി താഴോട്ട് പറക്കാൻ തുട ങ്ങുമ്പോൾ മറ്റൊരു കഴുകൻ അതേ ലക്ഷ്യത്തോടെ പ്രത്യക്ഷപ്പെട്ട് ആ ആടിന്റെയും കുഞ്ഞിന്റെയും മുകളിലായി പറന്നുനടന്നു. അപ്പോൾ ആ രണ്ട് വൈരികൾ തമ്മിൽ വഴക്കുണ്ടാവുകയും അവരുടെ ഭീകരമായ കര ച്ചിൽകൊണ്ട് ആകാശം മുഖരിതമാവുകയും ചെയ്തു.

മുകളിലോട്ട് നോക്കിയ ആട് അത്ഭുതപ്പെട്ടുപോയി. അവൾ തന്റെ കുഞ്ഞാടിന്റെ നേർക്ക് തിരിഞ്ഞ് പറഞ്ഞു: “എന്റെ കുഞ്ഞേ എത്ര വിചി ത്രമായിരിക്കുന്നു, മഹത്തായ ഈ രണ്ട് പക്ഷികൾ തമ്മിൽ പരസ്പരം ആക്രമിക്കുന്നത് കണ്ടോ, അതിവിശാലമായ ഈ ആകാശത്തിന്റെ വലിപ്പം അവർക്ക് രണ്ടുപേർക്ക് മതിയാവില്ലേ? പ്രാർത്ഥിക്കൂ, എന്റെ കുഞ്ഞേ, നീ നിന്റെ ഹൃദയത്തിൽ ദൈവത്തോട് പ്രാർത്ഥിക്കൂ, നിന്റെ ചിറകുള്ള സഹോദരന്മാർക്കിടയിൽ സമാധാനമുണ്ടാക്കാൻ.”

ആ കുഞ്ഞാട് അതിന്റെ ഹൃദയത്തിൽ അപ്രകാരം പ്രാർത്ഥിച്ചു.

74

നിരൂപകർ

ഒരു സന്ധ്യാനേരത്ത് കുതിരപ്പുറത്ത് സവാരിചെയ്ത് കടൽക്കരയിലേക്ക് പോകുകയായിരുന്ന ഒരാൾ വീഥിക്കരികിലെ ഒരു സത്രത്തിൽ എത്തി. കുതിരപ്പുറത്തുനിന്ന് ഇറങ്ങിയ അയാൾ, കടൽക്കരയിലേക്ക് സവാരിചെയ്യുന്ന എല്ലാവരെയും പോലെ മനുഷ്യനിലും രാത്രിയിലും വിശ്വാസമർപ്പിച്ച്, തന്റെ കുതിരയെ വാതിലിനടുത്തുള്ള ഒരു മരത്തിൽ കെട്ടിയശേഷം സത്രത്തിലേക്ക് പ്രവേശിച്ചു.

പാതിരാത്രിയായപ്പോൾ, എല്ലാവരും ഉറങ്ങിയ സമയത്ത്, ഒരു കള്ളൻ വന്ന് ആ സഞ്ചാരിയുടെ കുതിരയെ മോഷ്ടിച്ചു.

നേരം പുലർന്ന് ഉറക്കമുണർന്ന അയാൾ തന്റെ കുതിര മോഷ്ടിക്കപ്പെട്ടതായി കണ്ടെത്തി. അയാൾ തന്റെ കുതിരയെ ഓർത്ത് ദുഃഖിച്ചു; അതേപോലെ ഒരു മനുഷ്യന്റെ ഹൃദയത്തിൽ മോഷ്ടിക്കാനുള്ള തോന്നൽ ഉണ്ടായതിലും. അപ്പോഴേക്കും അയാളുടെ കൂടെ സത്രത്തിൽ തങ്ങിയിരുന്നവർ വന്ന് അയാൾക്കുചുറ്റും നിന്ന് സംസാരിക്കാൻ തുടങ്ങി.

ആദ്യം ഒരാൾ പറഞ്ഞു: "താങ്കൾ ലായത്തിന് വെളിയിൽ കുതിരയെ കെട്ടിയത് വിഡ്ഢിത്തമായിപ്പോയി."

രണ്ടാമൻ പറഞ്ഞു: "കുതിരയെ കാലുകൾ ചേർത്ത് കെട്ടുകപോലും ചെയ്യാതിരുന്നത് അതിനേക്കാൾ ബുദ്ധിമോശം!"

മൂന്നാമൻ പറഞ്ഞു: "കടൽക്കരയിലേക്ക് കുതിരപ്പുറത്ത് സവാരി ചെയ്യുന്നത് ഏറ്റവും വലിയ വിഡ്ഢിത്തം."

നാലാമൻ പറഞ്ഞു: "മടിയന്മാരും നടക്കാൻ വേഗതയില്ലാത്തവരും മാത്രമേ കുതിരയെ വാങ്ങിക്കൂ."

അപ്പോൾ ആ യാത്രക്കാരൻ അത്യധികം അത്ഭുതപ്പെട്ടു. ഒടുവിൽ അയാൾ ഉറക്കെ പറഞ്ഞു: "എന്റെ സുഹൃത്തുക്കളേ, എന്റെ കുതിരയെ ആരോ മോഷ്ടിച്ചുകൊണ്ടു പോയതു കാരണം, നിങ്ങൾ ഓരോരുത്തരും ധൃതിപിടിച്ചെത്തി എന്നോട് എന്റെ കുറ്റങ്ങളും കുറവുകളും പറഞ്ഞു. പക്ഷേ, അസാധാരണമെന്ന് പറയട്ടെ, എന്റെ കുതിരയെ മോഷ്ടിച്ചയാളെ കുറ്റപ്പെടുത്തി ഒരു വാക്കുപോലും നിങ്ങളാരും പറഞ്ഞില്ലല്ലോ.

75

കവികൾ

മേശമേൽ വച്ചിരുന്ന വലിയൊരു കോപ്പ വീര്യം കൂടിയ വീഞ്ഞിന് ചുറ്റിലുമായി നാല് കവികൾ ഇരുന്നു. ആദ്യത്തെ കവി പറഞ്ഞു: “ഈ വീഞ്ഞിന്റെ സൗരഭ്യം ആകാശത്തിൽ ചുറ്റിത്തിരിയുന്നത്, ഒരു മാന്ത്രിക വനത്തിലെ പറവകളുടെ മേഘംപോലെ, എന്റെ മൂന്നാം കണ്ണുകൊണ്ട് കാണുന്നതായി എനിക്കു തോന്നുന്നു.”

രണ്ടാമത്തെ കവി തല ഉയർത്തി പറഞ്ഞു: “എന്റെ ആന്തരിക കർണ്ണങ്ങൾകൊണ്ട് ആ മൂടൽമഞ്ഞു കിളികൾ പാടുന്നത് എനിക്ക് കേൾക്കാം. ഒരു വെള്ള പനിനീർപ്പൂവ് അവളുടെ ഇതളുകൾക്കിടയിൽ തേനീച്ചയെ തടവിലിടുന്നതുപോലെ, ആ ഭാവഗാനം എന്റെ ഹൃദയം പിടിച്ചുവയ്ക്കുന്നു.”

മൂന്നാമത്തെ കവി തന്റെ കണ്ണുകളടച്ച് കൈകൾ മുകളിലേക്ക് ഉയർത്തി പറഞ്ഞു: “ഞാൻ അവയെ എന്റെ കരംകൊണ്ട് സ്പർശിക്കുന്നു. അവയുടെ ചിറകുകൾ ഞാൻ തൊടുകയും ചെയ്യുന്നു, ഉറങ്ങുന്നൊരു യക്ഷിയുടെ നിശ്വാസംപോലെ, അവ എന്റെ വിരലുകളിൽ തടയുന്നു.”

അപ്പോൾ നാലാമത്തെ കവി എണീറ്റ് ആ കോപ്പ ഉയർത്തിക്കൊണ്ട് പറഞ്ഞു: “നോക്കൂ സുഹൃത്തുക്കളേ, എന്റെ ദൃശ്യ ശ്രാവ്യ സ്പർശന ശക്തികൾ വളരെ ബലഹീനമാണ്. എനിക്ക് ഈ വീഞ്ഞിന്റെ സൗരഭ്യം കണ്ടുകൂടാ, അതിന്റെ സംഗീതം കേട്ടുകൂടാ, അതിന്റെ ചിറകടികളും അനുഭവിക്കാനാവുന്നില്ല. ഞാൻ ആ വീഞ്ഞിനെ മാത്രമേ മനസ്സിലാക്കുന്നുള്ളൂ. അതുകൊണ്ട് എനിക്കത് കുടിക്കണം, എന്നിട്ട് എന്റെ ഇന്ദ്രിയങ്ങളുടെ മൂർച്ച കൂട്ടി നിങ്ങളുടെ അനുഗൃഹീതമായ ഉയരത്തിലേക്ക് എന്നെയും ഉയർത്തണം.”

അത്രയും പറഞ്ഞ്, അയാൾ ആ കോപ്പ തന്റെ ചുണ്ടുകളോട് ചേർത്തുവച്ച്, അതിലെ വീഞ്ഞിന്റെ അവസാന തുള്ളിവരെ കുടിച്ചു തീർത്തു.

മറ്റ് മൂന്ന് കവികളും വായും പൊളിച്ച്, അന്തംവിട്ട് അയാളെ നോക്കി. അവരുടെ കണ്ണുകളിൽ ദാഹാർത്തമെങ്കിലും കാവ്യാത്മകമല്ലാത്ത ഒരു വെറുപ്പ് ഉണ്ടായിരുന്നു.

76

അരാഡസിലെ രാജാവ്

ഒരിക്കൽ അരാഡസ് നഗരത്തിലെ മുതിർന്ന പൗരന്മാർ രാജാവിന്റെ മുന്നിലെത്തി. അവരുടെ നഗരത്തിൽ എല്ലാവിധ മദ്യങ്ങളും ലഹരി പദാർത്ഥങ്ങളും നിരോധിച്ചുകൊണ്ടുള്ള ഒരുത്തരവിന്നായി അപേക്ഷിച്ചു.

രാജാവ് അവർക്കുനേരെ പുറംതിരിഞ്ഞ് ചിരിച്ചുകൊണ്ട് വെളിയിലേക്ക് പോയി.

നിരാശരായ മുതിർന്ന പൗരന്മാർ മടങ്ങിപ്പോയി. രാജകൊട്ടാരത്തിന്റെ കവാടത്തിൽ വച്ച് അവർ കൊട്ടാര കലവറ വിചാരിപ്പുകാരൻ പ്രഭുവിനെ കണ്ടു. അസ്വസ്ഥരായ അവരിൽനിന്ന് കലവറ പ്രഭു അതിന്റെ കാരണം മനസ്സിലാക്കി.

എന്നിട്ട് അയാൾ പറഞ്ഞു: "എനിക്ക് സഹതാപമുണ്ട്, എന്റെ സുഹൃത്തുക്കളേ! രാജാവ് മദ്യപിച്ചശേഷമാണ് നിങ്ങൾ അദ്ദേഹത്തെ കണ്ടിരുന്നതെങ്കിൽ തീർച്ചയായും അദ്ദേഹം നിങ്ങളുടെ അഭ്യർത്ഥന സാധിച്ചു തരുമായിരുന്നു."

77

രാജവംശ പരമ്പരകൾ

ഇഷാനായിലെ രാജ്ഞി പ്രസവവേദനയിലായിരുന്നു, രാജാവും അദ്ദേഹത്തിന്റെ രാജസദസ്സിലെ പ്രഗത്ഭരുമൊക്കെ 'വിങ്ഡ് ബുൾസ്' എന്ന് അറിയപ്പെട്ട വലിയ ഹാളിൽ ഉൽക്കണ്ഠാപൂർവ്വം ശ്വാസമടക്കി കാത്തുനിന്നു.

വൈകുന്നേരമായപ്പോൾ ഒരു ദൂതൻ പെട്ടെന്ന് കടന്നുവന്ന് ധൃതിയിൽ രാജാവിന്റെ മുന്നിൽ സാഷ്ടാംഗ പ്രണാമം ചെയ്തശേഷം ഉണർത്തിച്ചു: "രക്ഷകനായ മഹാരാജാവിനും രാജ്യത്തിനും അവിടുത്തെ അടിമകൾക്കും സന്തോഷകരമായ വാർത്തയാണ് കൊണ്ടുവന്നിരിക്കുന്നത്. ബെത്രോണിലെ മിഹ്റാബ് രാജാവ്, ക്രൂരനും അങ്ങയുടെ ആയുഷ്കാല വൈരിയുമായ ദേഹം, മരണമടഞ്ഞു."

ഈ വാർത്ത കേട്ടയുടനെ രാജാവും അദ്ദേഹത്തിന്റെ ശക്തരായ അനുചരരും എണീറ്റുനിന്ന് സന്തോഷിച്ച് ആർത്തുവിളിച്ചു. എന്തെന്നാൽ ശക്തനായ മിഹ്റാബ് ദീർഘകാലം ജീവിച്ചിരുന്നെങ്കിൽ തീർച്ചയായും ഇഷാനാരാജ്യത്തെ കീഴടക്കി അവിടത്തെ ജനങ്ങളെ തടവുകാരാക്കി കൊണ്ടുപോയേനെ.

ആ സമയത്തുതന്നെ കൊട്ടാരം വൈദ്യനും 'വിങ്ഡ് ബുൾസ്' എന്ന ഹാളിൽ പ്രവേശിച്ചു, അയാൾക്ക് പിന്നിലായി കൊട്ടാരത്തിലെ സൂതികർമ്മിണികളും വന്നു. കൊട്ടാരം വൈദ്യൻ രാജാവിനു മുന്നിൽ സാഷ്ടാംഗപ്രണാമം ചെയ്ത് പറഞ്ഞു: "രക്ഷകനായ മഹാരാജാവ് എന്നെന്നും ജീവിക്കും, എണ്ണമറ്റ തലമുറകളിലൂടെ അവിടുന്ന് ഇഷാനാരാജ്യത്തിലെ ജനങ്ങളെ ഭരിക്കുകയും ചെയ്യും. എന്തെന്നാൽ, ഓ, മഹാരാജാവേ, അങ്ങേയ്ക്ക് ഈ വിനാഴികയിൽത്തന്നെ ഒരു പുത്രൻ ജനിച്ചിരിക്കുന്നു, അവൻ അങ്ങയുടെ അനന്തരാവകാശിയായിരിക്കും."

അപ്പോൾ മഹാരാജാവിന്റെ ആത്മാവ് വാസ്തവത്തിൽ സന്തോഷം കൊണ്ട് ഉന്മത്തമായി; ഒരേ നിമിഷത്തിൽത്തന്നെ തന്റെ ശത്രു മരണമടയുകയും രാജകീയ പിന്തുടർച്ച സ്ഥാപിക്കപ്പെടുകയും ചെയ്തില്ലേ.

ഇഷാനാ നഗരത്തിൽ അപ്പോൾ ഒരു യഥാർത്ഥ പ്രവാചകൻ ജീവിച്ചിരുന്നു. ആ പ്രവാചകൻ യുവാവും ആത്മധൈര്യം ഉള്ളവനുമായിരുന്നു. ആ പ്രവാചകനെ തന്റെ മുന്നിൽ കൊണ്ടുവരുവാൻ രാജാവ് അന്നു രാത്രിതന്നെ ഉത്തരവ് പുറപ്പെടുവിച്ചു. അദ്ദേഹത്തെ കൊണ്ടുവന്നപ്പോൾ രാജാവ് പറഞ്ഞു: "ഇന്നേ ദിവസം ഈ രാജ്യത്ത് ഭൂജാതനായ എന്റെ പുത്രന്റെ ഭാവി എന്തായിരിക്കുമെന്ന് ഇപ്പോൾ തന്നെ ഗണിച്ച് പ്രവചിക്കണം."

പ്രവാചകൻ യാതൊരു അറപ്പും ഇല്ലാതെ പറഞ്ഞു: "ശ്രദ്ധിച്ചു കേൾക്കുക, ഓ രാജാവേ, തീർച്ചയായും അങ്ങേയ്ക്ക് ഇന്ന് ജനിച്ച പുത്രന്റെ ഭാവി ഞാൻ പ്രവചിക്കാം. അങ്ങയുടെ ശത്രുവിന്റെ ആത്മാവ്, അതും അങ്ങയുടെ ശത്രുവായ മിഹ്റാബ് രാജാവ്, ഇന്നലെ സന്ധ്യക്ക് മരിക്കുമ്പോൾ അദ്ദേഹത്തിന്റെ ആത്മാവ് ഒരുദിവസം കാറ്റിൽ അലഞ്ഞു നടന്നു. അപ്പോൾ അതിന് പ്രവേശിക്കാനായി ഒരു ശരീരം അന്വേഷിച്ചു. അങ്ങനെ അത് പ്രവേശിച്ചത്, അങ്ങേയ്ക്ക് ഈ നാഴികയിൽ ഭൂജാതനായ അങ്ങയുടെ പുത്രന്റെ ശരീരത്തിലാണ്."

ഇതുകേട്ട് കുപിതനായ രാജാവ്, തന്റെ വാൾ ഊരി ആ പ്രവാചകനെ വധിച്ചു.

അന്നുതൊട്ട് ഇന്നോളം, ഇഷാനാ രാജ്യത്തെ പണ്ഡിതന്മാർ രഹസ്യമായി പരസ്പരം പറയും: "പണ്ടുകാലം മുതലേ പറഞ്ഞുവരുന്നതല്ല, നമുക്ക് അറിയാത്തതല്ലല്ലോ, ഇഷാനാ രാജ്യം ഭരിക്കുന്നത് ഒരു ശത്രുവാണെന്ന്."

78

ജ്ഞാനവും അർദ്ധജ്ഞാനവും

ഒരു നദിയുടെ തീരത്തോടടുത്ത് വെള്ളത്തിൽ പൊങ്ങിക്കിടന്ന ഒരു മരത്തടിയിൽ നാല് തവളകൾ ഇരിക്കുകയായിരുന്നു. പെട്ടെന്ന് ഒഴു ക്കിൽപ്പെട്ട ആ മരത്തടി സാവധാനം താഴോട്ട് ഒഴുകിപ്പോയി. ആ തവള കൾ അതിൽ സന്തോഷിക്കുകയും യാത്ര ആസ്വദിക്കുകയും ചെയ്തു. എന്തെന്നാൽ അതിന് മുമ്പൊരിക്കലും അവർ കപ്പൽ യാത്ര ചെയ്തിട്ടു ണ്ടായിരുന്നില്ല.

ഒടുവിൽ ആദ്യത്തെ തവള പറഞ്ഞു: "യഥാർത്ഥത്തിൽ ഇത് അത്യന്തം അത്ഭുതകരമായൊരു മരത്തടിയാണ്. അത് ജീവനുള്ളതുപോ ലെയല്ലേ ചലിക്കുന്നത്. ഇതിനുമുമ്പ് ഇതുപോലൊരു മരക്കഷണത്തെ ക്കുറിച്ച് കേട്ടിട്ടേയില്ല."

അപ്പോൾ രണ്ടാമത്തെ തവള പറഞ്ഞു: "അല്ല, എന്റെ ചങ്ങാതീ ഈ മരത്തടിയും മറ്റ് മരത്തടികളെപ്പോലെത്തന്നെയാണ്, അത് ചലി ക്കുന്നില്ല. ഈ നദിയാണ് കടലിലേക്ക് നടന്നുപോകുന്നത്, അതിന്റെ കൂടെ നമ്മളെയും ഈ മരത്തടിയേയും കൂടി കൊണ്ടുപോകുന്നു."

മൂന്നാമത്തെ തവള അപ്പോൾ പറഞ്ഞു: "ഈ മരക്കഷണവും ചലി ക്കുന്നില്ല, ഈ നദിയും ചലിക്കുന്നില്ല, ചലനമെല്ലാം നമ്മുടെ ചിന്തയി ലാണ്. എന്തെന്നാൽ ചിന്തയില്ലാതെ ഒന്നും ചലിക്കുകയില്ല."

അങ്ങനെ ആ മൂന്ന് തവളകളുംകൂടി ശരിക്കും എന്താണ് ചലിക്കു ന്നത് എന്നതിനെച്ചൊല്ലി ശണ്ഠകൂടാൻ തുടങ്ങി. വലിയപൊട്ടലും ചീറ്റ ലുമായി; എങ്കിലും അവർക്ക് ഒരു തീരുമാനത്തിലെത്താനായില്ല.

അപ്പോൾ അവർ നാലാമത്തെ തവളയുടെ അടുത്തേക്ക് തിരിഞ്ഞു. അത് ആ സമയം വരെ എല്ലാം ശ്രദ്ധിച്ചുകൊണ്ടിരുന്നെങ്കിലും എല്ലാം കേട്ട് സ്വസ്ഥമായിരിക്കയായിരുന്നു. അതുകൊണ്ട് അവർ അതിന്റെ അഭിപ്രായം ആരാഞ്ഞു.

അപ്പോൾ നാലാമത്തെ തവള പറഞ്ഞു: "നിങ്ങൾ ഓരോരുത്തരും പറഞ്ഞത് ശരിയാണ്, നിങ്ങൾക്കാർക്കും തെറ്റ് പറ്റിയിട്ടില്ല. ചലനം ആ തടിക്കുണ്ട്, ഈ വെള്ളത്തിലുണ്ട്, നമ്മുടെ ചിന്തയിലും കൂടിയുണ്ട്."

ഇതുകേട്ട് ആ മൂന്ന് തവളകളും വളരെ കോപിച്ചു; എന്തെന്നാൽ അവരിൽ ആർക്കുംതന്നെ താൻ പറഞ്ഞതല്ല പൂർണ്ണ സത്യമെന്ന് സമ്മതിക്കാൻ മനസ്സില്ലായിരുന്നു; അതേപോലെ മറ്റ് രണ്ടുപേരും പറഞ്ഞത് പൂർണ്ണമായി തെറ്റല്ല എന്നും.

അപ്പോഴാണ് വിചിത്രമായ ആ കാര്യം സംഭവിച്ചത്. ആ മൂന്ന് തവളകളും ഒന്നിച്ചുചേർന്ന് നാലാമത്തെ തവളയെ തടിയിൽനിന്ന് പിടിച്ചുതള്ളി വെള്ളത്തിലേക്കിട്ടു.

79

പണ്ഡിതനും കവിയും

സർപ്പം വാനമ്പാടിയോട് പറഞ്ഞു: "നീ പറക്കുന്നുണ്ട്, എന്നിരുന്നാലും നിനക്ക് പരിപൂർണ്ണ നിശ്ശബ്ദതയിൽ ജീവന്റെ രസമൊഴുകുന്ന ഭൂമിയുടെ രഹസ്യ അറകൾ സന്ദർശിക്കാൻ കഴിയില്ലല്ലോ."

വാനമ്പാടി മറുപടി പറഞ്ഞു: "അതേ, നിനക്ക് ധാരാളം കാര്യങ്ങൾ അറിയാം, അല്ല നീ ബുദ്ധിമാന്മാരിൽവച്ച് ബുദ്ധിമാനാണ് - എന്നിട്ടും നിനക്ക് പറക്കാൻ കഴിയാത്തതിൽ സഹതാപമുണ്ട്."

അത് കേൾക്കാത്തതുപോലെ സർപ്പം പറഞ്ഞു: "നിനക്ക് അഗാധതയിലെ രഹസ്യങ്ങളൊന്നും കാണാൻ കഴിയുന്നില്ലല്ലോ, അതുമല്ല ഈ സാമ്രാജ്യത്തിലെ ഒളിഞ്ഞിരിക്കുന്ന നിധികൾക്കിടയിലൂടെ സഞ്ചരിക്കാനും കഴിയില്ല. ഞാനാണെങ്കിൽ ഇന്നലെത്തന്നെ കിടന്നത് മാണിക്യ കല്ലുകൾ നിറഞ്ഞൊരു ഗുഹയിലാണ്. അത് പഴുത്ത മാതളനാരങ്ങയുടെ ഹൃദയംപോലെയാണ്, ചെറിയൊരു സൂര്യരശ്മി വീണാൽ അതിന് തീജ്വാലയുടെ ചുവപ്പാവും. എനിക്കല്ലാതെ മറ്റാർക്ക് ഇത്തരം ആശ്ചര്യങ്ങൾ കാണാൻ കഴിയും?"

അപ്പോൾ വാനമ്പാടി പറഞ്ഞു: "കഴിയില്ല, നിനക്കല്ലാതെ മറ്റാർക്കും ഋതുചക്രങ്ങളുടെ പളുങ്കുസ്മരണകളിൽ കിടക്കാനാവില്ല; എന്നാലും നിനക്ക് പാടാൻ കഴിയാത്തതിൽ സഹതാപമുണ്ട്."

സർപ്പം പറഞ്ഞു: "ഭൂമിയുടെ ആഴങ്ങളിലേക്ക് വേരുകൾ ഇറങ്ങിച്ചെല്ലുന്ന ഒരു ചെടിയെക്കുറിച്ച് എനിക്കറിയാം, ആ വേര് ഭക്ഷിക്കുന്ന ആരും അഷ്താർതെയെക്കാൾ സുന്ദരനായിത്തീരും."

വാനമ്പാടി പറഞ്ഞു: "പറ്റില്ല നിനക്കല്ലാതെ മറ്റാർക്കും ഈ ഭൂമിയുടെ മായിക ചിന്തകൾ വെളിപ്പെടുത്താനാവില്ല; എന്നാലും നിനക്ക് പറക്കാൻ കഴിയാത്തതിൽ എനിക്ക് സഹതാപമുണ്ട്."

സർപ്പം പറഞ്ഞു: “ഒരു മലയുടെ താഴെക്കൂടി മാന്തളിർ നിറമുള്ളൊരു അരുവി ഒഴുകുന്നുണ്ട്. അതിൽനിന്ന് വെള്ളം കുടിക്കുന്ന ആരും ദൈവങ്ങളെപ്പോലെ അമർത്ത്യരായി മാറും. ആ മാന്തളിർ നിറമുള്ള അരുവി കണ്ടുപിടിക്കാൻ ഒരു പക്ഷിക്കോ മൃഗത്തിനോ കഴിയില്ലെന്ന് തീർച്ചയാണ്.”

അപ്പോൾ വാനമ്പാടി പറഞ്ഞു: “നീ മനസ്സ് വയ്ക്കുകയാണെങ്കിൽ നിനക്കും ദൈവങ്ങളെപ്പോലെ അമർത്ത്യനാകാം. കഷ്ടമെന്താണെന്നുവച്ചാൽ നിനക്ക് പാടാൻ കഴിയില്ല.”

സർപ്പം പറഞ്ഞു: “മണ്ണിനടിയിലായിപ്പോയ ഒരു ക്ഷേത്രം എനിക്കറിയാം. അവിടെ മാസത്തിൽ ഒരിക്കൽ ഞാൻ പോകും; ഇപ്പോൾ വിസ്മൃതരായ രാക്ഷസന്മാരുടെ ഒരു ഗോത്രമാണ് അത് നിർമിച്ചത്. അതിന്റെ ചുവരുകളിൽ പ്രപഞ്ചത്തിന്റെയും കാലത്തിന്റെയുമൊക്കെ രഹസ്യങ്ങൾ കൊത്തിവച്ചിട്ടുണ്ട്, അത് വായിക്കുന്നയാൾക്ക് എല്ലാ അറിവുകൾക്കും അപ്പുറത്തുള്ള ജ്ഞാനം ലഭിക്കും.”

വാനമ്പാടി പറഞ്ഞു: “സത്യമാണ്, നിനക്ക് ആഗ്രഹമുണ്ടെങ്കിൽ നിന്റെ ഈ വഴക്കമുള്ള ശരീരംകൊണ്ട് പ്രപഞ്ചത്തിന്റെയും കാലത്തിന്റെയുമൊക്കെ വിജ്ഞാനത്തെ ചുറ്റിവളയാം– എന്നാലും നിനക്ക് പറക്കാൻ കഴിയാത്തതിൽ ഞാൻ പരിതപിക്കുന്നു.”

അപ്പോൾ സർപ്പത്തിന് വെറുപ്പ് തോന്നി, അവൻ തിരിഞ്ഞ് തന്റെ മാളത്തിലേക്ക് കയറിപ്പോകുന്നതിനിടെ പിറുപിറുത്തു: “തലയ്ക്കകത്ത് ഒന്നുമില്ലാത്തൊരു പാട്ടുകാരൻ!”

പിന്നെ വാനമ്പാടി ഇപ്രകാരം പാടിക്കൊണ്ട് പറന്നുപോയി: “കഷ്ടം നിനക്ക് പാടാൻ കഴിയില്ല. കഷ്ടം കഷ്ടം എന്റെ വിജ്ഞാനിയായ ചങ്ങാതി, നിനക്ക് പറക്കാൻ കഴിയില്ല.

80

മൂല്യങ്ങൾ

ഒരാൾക്ക് തന്റെ പാടത്തുനിന്ന് അത്യന്തം സുന്ദരമായൊരു വെണ്ണക്കൽ പ്രതിമ കിട്ടി. അയാൾ അത് സുന്ദരമായ വസ്തുക്കൾ ശേഖരിക്കുന്ന ഒരാളുടെയടുത്ത് വില്പനയ്ക്ക് കൊണ്ടുപോയി. അദ്ദേഹം അത് വാങ്ങി നല്ല വില കൊടുക്കുകയും ചെയ്തു. അങ്ങനെ അവർ പിരിഞ്ഞു.

പൈസയുമായി വീട്ടിലേക്ക് നടക്കുമ്പോൾ അയാൾ കുറേ ആലോചിച്ചശേഷം സ്വയം പറഞ്ഞു: "ഈ പൈസകൊണ്ട് ജീവിക്കാൻ ആവശ്യമായ എന്തെല്ലാം വാങ്ങാം! ആയിരം വർഷങ്ങൾ മണ്ണിനാൽ മൂടപ്പെട്ട് സ്വപ്നംപോലും കാണാതെ മരിച്ചുകിടന്ന കൊത്തുപണികളുള്ള ആ കല്ലിന് ഇത്രയും പൈസ ആര് നല്കും?"

അപ്പോൾ അത് വാങ്ങിയ ആൾ പ്രതിമയിലേക്ക് നോക്കി കുറേ ചിന്തിച്ചശേഷം സ്വയം പറഞ്ഞു: "എന്തൊരു സൗന്ദര്യം! എന്തൊരു ചൈതന്യം! ആത്മാവിനെക്കുറിച്ചുള്ള എന്തൊരു സ്വപ്നമാണ്! ആയിരം സംവത്സരങ്ങൾ മധുരമായി ഉറങ്ങിയതിനുശേഷമുള്ള നവീനത. ഇതെല്ലാം ആരെങ്കിലും മൃതമായ സ്വപ്നരഹിതമായ പൈസ വാങ്ങിക്കൊണ്ട് വില്ക്കുമോ?"

81

സൃഷ്ടി

ദൈവം തന്നിൽനിന്നുതന്നെ ഒരു അരൂപിയെ വേർതിരിച്ചെടുത്ത് അതിനെ സൗന്ദര്യമായി രൂപാന്തരപ്പെടുത്തി. അവളുടെമേൽ ലാവണ്യത്തിന്റെയും ദയയുടെയും എല്ലാ അനുഗ്രങ്ങളും വർഷിച്ചു. അവൾക്ക് സന്തോഷത്തിന്റെ പാനപാത്രം നല്കിക്കൊണ്ട് പറഞ്ഞു: "നീ ഭൂതകാലവും ഭാവിയും മറക്കുന്നതുവരെ ഇതിൽനിന്ന് കുടിക്കരുത്, എന്തെന്നാൽ സന്തോഷമെന്നാൽ ഈ നിമിഷമല്ലാതെ മറ്റൊന്നല്ല." അനന്തരം അവൾക്ക് സന്താപത്തിന്റെ പാനപാത്രം കൊടുത്തുകൊണ്ട് അവൻ പറഞ്ഞു: "ഈ പാത്രത്തിൽനിന്ന് കുടിക്കുമ്പോൾ നിനക്ക് ജീവിതത്തിലെ സന്തോഷത്തിന്റെ ക്ഷണികമായ വേഗം മനസ്സിലാകും, എന്തെന്നാൽ സന്താപം എപ്പോഴും വർദ്ധിച്ചുകൊണ്ടിരിക്കും."

പിന്നീട് ദൈവം അവളിൽ സ്നേഹം നിക്ഷേപിച്ചു, അത് അവളുടെ ഭൗതികമായ തൃപ്തിയുടെ നിശ്വാസത്തോടെ എന്നെന്നേക്കുമായി അവളെ ഉപേക്ഷിച്ചുപോകും.

അതിനുശേഷം അവൻ അവൾക്ക് സ്വർഗ്ഗത്തിൽനിന്നുള്ള വിജ്ഞാനം നല്കി, അവളെ പൂർണ്ണധർമ്മമാനുസാരിയായ പാതയിലൂടെ നയിക്കാൻ. എന്നിട്ട് അവളുടെ ഹൃദയത്തിന്റെ ആഴത്തിൽ ഒരു ദൃഷ്ടിയും വച്ചു, അത് അദൃശ്യമായത് കാണും; എന്നിട്ട് അവളിൽ എല്ലാറ്റിനോടുമുള്ള സ്നേഹവും നന്മയും സൃഷ്ടിച്ചു. മഴവില്ലിന്റെ നൂലെടുത്ത് മാലാഖമാർ തുന്നിയ പ്രതീക്ഷയുടെ വസ്ത്രങ്ങൾ അവൻ അവളെ ധരിപ്പിച്ചു. ജീവിതത്തിന്റെയും പ്രകാശത്തിന്റെയും ഉഭയമായ അമ്പരപ്പിന്റെ നിഴലിൽ അവൻ അവളെ കഞ്ചുകമണിയിച്ചു.

അനന്തരം ദൈവം കോപത്തിന്റെ ചൂളയിൽനിന്ന് സംഹാരശേഷിയുള്ള അഗ്നിയും അജ്ഞതയുടെ മരുഭൂമിയിൽനിന്ന് പൊള്ളിക്കുന്ന

വായുവും സ്വാർത്ഥത്തിന്റെ തീരത്തുനിന്ന് അതീവ മൂർച്ചയുള്ള മണ്ണും, യുഗങ്ങളുടെ കാൽക്കീഴിൽനിന്ന് പരുപരുത്ത മണ്ണുമെടുത്ത്, എല്ലാംകൂടി കൂട്ടിക്കുഴച്ച് മനുഷ്യനെ രൂപപ്പെടുത്തി. അവൻ മനുഷ്യന് അന്ധമായൊരു അധികാരം നല്കി, അത് രോഷംകൊണ്ട് അവനെ ഭ്രാന്തിലേക്ക് തള്ളി വിടും; അതിന് ശമനമുണ്ടാകണമെങ്കിൽ മോഹങ്ങളുടെ സംതൃപ്തിയട യണം.

പിന്നീട് ദൈവം ചിരിക്കുകയും കരയുകയും ചെയ്തു. അവന് മനു ഷ്യനോട് സ്നേഹവും സഹതാപവും തോന്നി, അങ്ങനെ അവന്റെ നിയ ന്ത്രണത്തിൻകീഴിൽ മനുഷ്യന് അഭയം നല്കി.

82

വസ്ത്രത്തിന് പിന്നിൽ

പാതിരാവായപ്പോൾ റേച്ചൽ ഉണർന്ന് അവളുടെ മുറിയിൽ ആകാശത്തിന്ന് അദൃശ്യമായ എന്തോ ഒന്നിലേക്ക് അതീവ ശ്രദ്ധയോടെ നോക്കി. അവൾ ഒരു ശബ്ദം കേട്ടു, അത് ജീവന്റെ നിമന്ത്രണത്തേക്കാൾ ഏറെ ആശ്വാസദായകവും പാതാളത്തിന്റെ വിലപനങ്ങളേക്കാൾ അപ്രസന്നവും വെളുത്ത ചിറകുകളുടെ മർമ്മരത്തേക്കാൾ മൃദുലവും തിരകളുടെ സന്ദേശത്തെക്കാൾ അഗാധവുമായിരുന്നു... അത് പ്രത്യാശയും വ്യർത്ഥതയും സന്തോഷവും ദുരിതവും ജീവിതത്തോടുള്ള സ്നേഹവും ഒപ്പം മരണത്തോടുള്ള മോഹവുംകൊണ്ട് വിറയ്ക്കുകയും ചെയ്തിരുന്നു. അപ്പോൾ റേച്ചൽ അവളുടെ കണ്ണുകളടച്ച് ആഴത്തിൽ നെടുവീർപ്പിട്ടു. പിന്നെ തൊണ്ടയിടറിക്കൊണ്ട് പറഞ്ഞു: "ഉഷസ്സ് താഴ്വരയുടെ അങ്ങേയറ്റത്ത് എത്തിക്കഴിഞ്ഞു, നമുക്ക് സൂര്യന്റെയടുത്തേക്ക് പോയി അവനെ കാണണം." തന്റെ ആത്മാവിലെ അഗാധമായൊരു മുറിവിനെ ഓർമ്മിപ്പിക്കുകയും പ്രതിദ്ധ്വനിപ്പിക്കുകയും ചെയ്തുകൊണ്ട് അവളുടെ അധരങ്ങൾ അകന്നു.

ആ നിമിഷം ആ പുരോഹിതൻ അവളുടെ കിടക്കയെ സമീപിച്ച് അവളുടെ കരം സ്പർശിച്ചു; പക്ഷേ, അത് മഞ്ഞുപോലെ തണുത്തിരുന്നു. പിന്നെ അയാൾ ദാരുണമായി തന്റെ കൈവിരലുകൾ അവളുടെ ഹൃദയത്തിനുമേൽ വച്ചപ്പോൾ അയാൾക്ക് ബോദ്ധ്യമായി അത് യുഗങ്ങൾപോലെ നിശ്ചലവും അയാളുടെ ഹൃദയരഹസ്യംപോലെ നിശ്ശബ്ദവുമാണെന്ന്.

ആ വന്ദ്യ വൈദികൻ കനത്ത നിരാശയോടെ ശിരസ്സ് കുനിച്ചു. അദ്ദേഹത്തിന്റെ ചുണ്ടുകൾ വിറകൊണ്ടു, ഒരു ദിവ്യവചനം ഉരുവിടാൻ ആഗ്രഹിച്ചിട്ടെന്നപോലെ വിദൂരവും വിജനവുമായ താഴ്വരകളിൽ രാത്രിയുടെ പ്രേതങ്ങൾ ആവർത്തിക്കുന്ന വചനം.

ആ പുരോഹിതൻ അവളുടെ കരങ്ങൾ അവളുടെ നെഞ്ചിൽ വില ങ്ങനെ വച്ചശേഷം ആ മുറിയുടെ പ്രകാശം കുറഞ്ഞ ഒരു മൂലയ്ക്ക് ഇരി ക്കുകയായിരുന്ന ഒരു മനുഷ്യന്റെ നേർക്ക് നോക്കി, കരുണയും ദയയും നിറഞ്ഞ ശബ്ദത്തിൽ പറഞ്ഞു: "താങ്കളുടെ പ്രിയതമ പ്രകാശത്തിന്റെ മഹാവലയത്തിൽ എത്തിക്കഴിഞ്ഞു. എന്റെ സഹോദരാ, വരൂ നമുക്ക് മുട്ടുകുത്തി പ്രാർത്ഥിക്കാം."

ദുഃഖിതനായ ആ ഭർത്താവ് തല ഉയർത്തി അദൃശ്യമായ അതിനെ നോക്കി. അപ്പോൾ അയാളുടെ മുഖഭാവം മാറി, അറിയപ്പെടാത്ത ഒരു ദൈവത്തിന്റെ പ്രേതംകണ്ട് തിരിച്ചറിഞ്ഞിട്ടെന്നപോലെ. അയാൾ പാടു പെട്ട് സ്വയം എണീറ്റ് ആദരവോടെ തന്റെ സഹധർമ്മിണിയുടെ കിടക്ക യ്ക്കരികിലേക്ക് നടന്നു, എന്നിട്ട് പ്രാർത്ഥിക്കുകയും വിലപിക്കുകയും കുരിശടയാളം വരയ്ക്കുകയും ചെയ്തുകൊണ്ടിരുന്ന ആ പുരോഹിതന്റെ സമീപത്ത് മുട്ടുകുത്തിനിന്നു.

തന്റെ കരം ദുഃഖാർത്തനായ ആ ഭർത്താവിന്റെ ചുമലിൽ വച്ചുകൊ ണ്ട്, വൈദികൻ മെല്ലെ പറഞ്ഞു: "സഹോദരാ, താങ്കൾ അടുത്ത മുറിയി ലേക്ക് പൊയ്ക്കോളൂ, എന്തെന്നാൽ താങ്കൾക്ക് അല്പം വിശ്രമത്തിന്റെ അത്യാവശ്യമുണ്ട്."

അയാൾ അനുസരണയോടെ എണീറ്റ് അടുത്ത മുറിയിലേക്ക് നടന്ന് അവിടെ കിടന്ന ചെറിയൊരു കട്ടിലിലേക്ക് തന്റെ തളർന്ന ശരീരം വീഴ്ത്തി. ഏതാനും നിമിഷങ്ങൾക്കകം സ്നേഹമയിയായ അമ്മയുടെ കരുണാർദ്രമായ കരങ്ങളിൽ അഭയം കണ്ടെത്തുന്ന ഒരു ശിശുവിനെ പോലെ അയാൾ നിദ്രയുടെ ലോകത്തിൽ സമുദ്രായനം ചെയ്യാൻ തുടങ്ങി.

ആ പുരോഹിതൻ മുറിയുടെ മധ്യത്തിൽ ഒരു പ്രതിമകണക്കെ നില കൊണ്ടു, വിചിത്രമായൊരു മാനസിക സംഘട്ടനത്തിന്റെ പിടിയിലായി രുന്നു അദ്ദേഹം. ഈറനണിഞ്ഞ കണ്ണുകളോടെ അദ്ദേഹം ആദ്യം ആ യുവതിയുടെ തണുത്ത ശരീരത്തിലേക്ക് നോക്കി, അനന്തരം കർട്ടന്റെ വിടവിലൂടെ അവളുടെ ഭർത്താവിനെയും അയാൾ നിദ്രയുടെ വശീകര ണത്തിന് സ്വയം കീഴടങ്ങിയിരുന്നു. ആ പുരോഹിതൻ നില്ക്കാൻ തുട ങ്ങിയിട്ട് ഒരുമണിക്കൂർ, ഒരു യുഗത്തിനേക്കാൾ ദൈർഘ്യവും മരണത്തേ ക്കാൾ ഭയങ്കരവുമായ ഒരുമണിക്കൂർ, കഴിഞ്ഞിരുന്നു; അപ്പോഴും ആ പുരോഹിതൻ വേർപെട്ട രണ്ട് ആത്മാവുകൾക്കിടയിൽ നില്ക്കുകയാ ണ്. ഒന്ന് ശിശിരകാലമെന്ന ദുരന്തത്തിനുശേഷം വരുന്ന വസന്തത്തെ സ്വപ്നം കാണുന്ന വയലിനെപ്പോലെയായിരുന്നെങ്കിൽ, മറ്റേത് ശാശ്വത വിശ്രമം കൊള്ളുകയായിരുന്നു.

അതിനുശേഷം പുരോഹിതൻ ആ യുവതിയുടെ മൃതശരീരത്തിന് സമീപത്തേക്കു വന്ന് മുട്ടുകുത്തിനിന്നു, അൾത്താരയ്ക്ക് മുമ്പിൽ ആരാ ധിക്കുന്നപോലെ; അദ്ദേഹം അവളുടെ തണുത്ത കൈ പിടിച്ച് തന്റെ വിറയ്ക്കുന്ന അധരങ്ങൾക്കുമേൽ വച്ചു, എന്നിട്ട് മരണത്തിന്റെ മൃദുല

മായ മൂടുപടംകൊണ്ട് അലങ്കരിച്ച അവളുടെ മുഖത്തേക്ക് നോക്കി. അയാളുടെ ശബ്ദം ഒരേസമയം രാത്രിപോലെ ശാന്തവും ഗർത്തംപോലെ അഗാധവും മനുഷ്യന്റെ മോഹങ്ങൾപോലെ ഇടറുന്നതും ആയിരുന്നു. അയാൾ ശബ്ദം വെളിയിൽ വരുത്തി കരഞ്ഞുകൊണ്ട് പറഞ്ഞു: "ഓ, റേച്ചൽ എന്റെ ആത്മാവിന്റെ മണവാട്ടി, ഞാൻ പറയുന്നത് കേൾക്കണേ! ഒടുവിലിതാ എനിക്ക് സംസാരിക്കാൻ കഴിഞ്ഞു! മരണം എന്റെ അധരങ്ങളെ തുറന്നിരിക്കുന്നു, ആയതിനാൽ നിന്നോട് എനിക്ക് ജീവിതത്തേക്കാളും അഗാധമായ ഒരു രഹസ്യം വെളിപ്പെടുത്താൻ കഴിയുന്നു. വേദന എന്റെ നാവിന്റെ ബന്ധനം നീക്കം ചെയ്തിരിക്കുന്നതുകൊണ്ട് വേദനയെക്കാൾ വേദനാജനകമായ ക്ലേശം എനിക്ക് നിന്റെ മുന്നിൽ തുറന്നു കാട്ടാൻ കഴിയുന്നു. എന്റെ ആത്മാവിന്റെ രോദനം ശ്രവിക്കണേ. ഭൂമിക്കും ആകാശത്തിനും ഇടയിൽ ചുറ്റിപ്പറ്റി നടക്കുന്ന ഓ പരിശുദ്ധമായ അരൂപിയേ. നീ വയലിൽനിന്ന് വരുന്നതും കാത്ത്, നിന്റെ സൗന്ദര്യത്തോടുള്ള ഭയംകൊണ്ട് മരങ്ങൾക്കു പിന്നിൽനിന്ന് നിന്നെ നോക്കിനില്ക്കുമായിരുന്ന ആ യുവാവ് പറയുന്നത് നീ മനസ്സിരുത്തി കേൾക്കണേ. ആ പുരോഹിതൻ ദൈവത്തെ സേവിക്കുന്നവൻ, ദൈവത്തിന്റെ നഗരത്തിൽ നീ എത്തിച്ചേർന്നശേഷം ലജ്ജയില്ലാതെ നിന്നെ വിളിക്കുന്നത് നീ കേൾക്കണേ. എന്റെ സ്നേഹത്തിന്റെ ശക്തി ഞാൻ തെളിയിച്ചത് അത് മറച്ചുവച്ചുകൊണ്ടാണ്!"

ഇപ്രകാരം തന്റെ ആത്മാവ് തുറന്നുകാട്ടിയതിനുശേഷം, ആ പുരോഹിതൻ കുനിഞ്ഞുനിന്ന് ദീർഘവും നിശ്ശബ്ദവുമായ മൂന്നു ചുടുചുംബനങ്ങൾ അവളുടെ നെറ്റിയിലും കണ്ണുകളിലും കഴുത്തിലും പതിപ്പിച്ചു, അയാളുടെ ഹൃദയത്തിലെ എല്ലാ സ്നേഹത്തിന്റെയും വേദനയുടെയും രഹസ്യങ്ങളും വർഷങ്ങളായുള്ള ഉൽക്കണ്ഠയും പുറത്തേക്ക് ഒഴുക്കിക്കൊണ്ട് അനന്തരം അയാൾ മുറിയുടെ ഇരുണ്ട മൂലയിലേക്ക് പിൻവാങ്ങുകയും അവിടെ വേദനയോടെ നിലത്ത് വീണ് ശരത്കാലത്തെ ഇലപോലെ വിറയ്ക്കുകയും ചെയ്തു. അവളുടെ തണുത്ത മുഖത്തിന്റെ സ്പർശം അയാളുടെയുള്ളിൽ പശ്ചാത്തപിക്കാനുള്ള ഉൾവിളി ഉയർത്തിവിട്ടപോലെ അയാൾ ശക്തിസംഭരിച്ച് സ്വയം എണീറ്റ് മുട്ടുകുത്തിനിന്ന് മുഖം കൈകൾകൊണ്ട് മറച്ച് മൃദുലമായി ഇപ്രകാരം നിമന്ത്രിച്ചു, "ദൈവമേ എന്റെ പാപങ്ങൾ പൊറുക്കേണമേ, എന്റെ ബലഹീനത ക്ഷമിക്കേണമേ, ഓ കർത്താവേ നിനക്ക് അറിയാവുന്ന ആ കാര്യം വെളുപ്പെടുത്തുന്നത് ഇനിയും തടഞ്ഞു നിറുത്താൻ എനിക്ക് കഴിഞ്ഞില്ല. ഏഴ് വർഷമായി ഒരു വാക്ക് ഉരിയാടാതെ അഗാധമായ ആ രഹസ്യം ഞാൻ എന്റെ ഹൃദയത്തിൽ ഒളിപ്പിച്ചുവച്ചു, ഒടുവിൽ മരണം എത്തി അത് എന്നിൽനിന്നും പിടിച്ചുവാങ്ങുന്നതുവരെ. ജീവിതത്തിൽനിന്ന് മധുരവും നിന്നിൽനിന്ന് കൈയ്പും കൊണ്ടുവരുന്ന ഭയങ്കരവും സുന്ദരവുമായ ഈ സ്മരണ ഒളിച്ചുവയ്ക്കാൻ എന്റെ ദൈവമേ എന്നെ നീ സഹായിക്കേണമേ. എന്റെ കർത്താവേ, എന്നോട് ക്ഷമിക്കേണമേ, എന്റെ ബലഹീനത പൊറുക്കേണമേ."

ആ യുവതിയുടെ മൃതശരീരത്തിൽ നോക്കാതെ, അയാൾ വിലാപവും കഷ്ടാനുഭവവും തുടർന്നുകൊണ്ടിരുന്നു. ഒടുവിൽ ഉഷസ്സെത്തി നിശ്ചലമായ ആ രണ്ട് രൂപങ്ങളുടെയും മേൽ ഒരു പാടലവർണ്ണ മൂടുപടം ഇടുന്നതുവരെ; ഒരാൾക്ക് പ്രേമത്തിന്റെയും മതത്തിന്റെയും സമാഘാതവും മറ്റേയാൾക്ക് ജീവിതത്തിന്റെയും മരണത്തിന്റെയും സമാധാനവും വെളിപ്പെടുത്തിക്കൊടുത്തുകൊണ്ട്.

83

കുറ്റവാളി

ദൃഢഗാത്രനായ ഒരു യുവാവ്, പട്ടിണിയാൽ ദുർബലനാക്കപ്പെട്ട്, തെരുവിലെ നടപ്പാതയിലിരുന്ന് അതുവഴി പോയവരുടെയടുത്ത് കൈകൾ നീട്ടി യാചിക്കുകയായിരുന്നു. അതേസമയംതന്നെ അവരോടെല്ലാം തന്റെ ജീവിതപരാജയകഥ ആവർത്തിച്ചുകൊണ്ടിരുന്നു, വിശപ്പും അവമാനവും സഹിച്ചുകൊണ്ടുതന്നെ.

രാത്രിയായപ്പോൾ അവന്റെ ചുണ്ടുകളും നാവും വരണ്ട് വിണ്ടുകീറി, അപ്പോഴും അവന്റെ കൈകൾ ശൂന്യമായിരുന്നു, അവന്റെ വയറുപോലെതന്നെ.

അവൻ ഒരു കണക്കിന് എണീറ്റ് ആ നഗരത്തിന് വെളിയിൽപോയി, ഒരു മരത്തിന്റെ കീഴിലിരുന്ന് ദയനീയമായി കരഞ്ഞു. പിന്നീട് അവൻ തന്റെ പതറിയ കണ്ണുകൾ സ്വർഗ്ഗത്തിലേക്ക് ഉയർത്തി, അപ്പോഴും തന്റെ കുടലിനെ കാർന്നുതിന്നുകൊണ്ടിരുന്ന വിശപ്പോടുകൂടി പറഞ്ഞു: “ഓ, കർത്താവേ, ഞാൻ ആ ധനികന്റെയടുത്തുചെന്ന് എന്തെങ്കിലും പണിതരണേയെന്ന് അപേക്ഷിച്ചു, പക്ഷേ, എന്റെ മുഷിഞ്ഞ വേഷം കണ്ട് അയാൾ എന്നെ പറഞ്ഞുവിട്ടു; പിന്നീട് ഞാൻ വിദ്യാലയത്തിന്റെ വാതിലിൽമുട്ടി, പക്ഷേ, ഞാൻ ഒഴിഞ്ഞ കൈകളോടെ ചെന്നതുകൊണ്ട് അവിടെയും എനിക്ക് സമാധാനം നിഷേധിക്കപ്പെട്ടു. എനിക്ക് റൊട്ടി വാങ്ങിക്കാൻ വേണ്ടി എല്ലാ ജോലികളും ഞാൻ അന്വേഷിച്ചു. പക്ഷേ, ഒരിടത്തും ഫലമുണ്ടായില്ല. നിരാശനായ ഞാൻ ഭിക്ഷ യാചിച്ചു, പക്ഷേ, അങ്ങയെ ആരാധിക്കുന്നവർ എന്നെ കണ്ടു പറഞ്ഞു: “അവൻ ആരോഗ്യമുള്ളവനാണ് പക്ഷേ, മടിയനും, അവൻ തെണ്ടിനടക്കരുത്.”

“എന്റെ കർത്താവേ, നിന്റെ കല്പനയാലാണ് എന്റെ മാതാവ് എനിക്ക് ജന്മം നല്കിയത്; ഇപ്പോഴിതാ ഈ ഭൂമി എന്നെ നിനക്ക് തിരിച്ചു

നല്കുന്നു, എന്റെ അവസാനമാകുന്നതിന് മുമ്പേ തന്നെ."

അതോടെ അവന്റെ മുഖഭാവം മാറി. അവൻ എണീറ്റുനിന്നു, അവന്റെ കണ്ണുകൾ നിശ്ചയദാർഢ്യത്താൽ തിളങ്ങി. അവൻ ആ മരത്തിന്റെ ഒരു കമ്പ് ഒടിച്ചെടുത്ത് വലിപ്പവും ബലവും ഉള്ള ഒരു വടി ഉണ്ടാക്കി, അത് നഗരത്തിന്റെ നേർക്കു നീട്ടിക്കൊണ്ട് ഉച്ചത്തിൽ വിളിച്ചു പറഞ്ഞു: "എന്റെ സർവ്വശക്തിയുമെടുത്ത് ആവുന്നത്ര ഉച്ചത്തിൽ ഞാൻ റൊട്ടിക്കുവേണ്ടി ചോദിച്ചു, പക്ഷേ, എനിക്കത് നിഷേധിക്കപ്പെട്ടു. ഇനിയിപ്പോൾ എന്റെ കൈയൂക്കുകൊണ്ട് ഞാനത് നേടാം. കരുണയുടെയും സ്നേഹത്തിന്റെയും പേരിൽ ഞാൻ റൊട്ടിക്കുവേണ്ടി ഇരന്നു, പക്ഷേ, മനുഷ്യത്വം അത് ശ്രദ്ധിച്ചതേയില്ല. ഇനിയിപ്പോൾ ഞാൻ അത് തിന്മയുടെ പേരിൽ നേടിയെടുക്കാം."

അതിനുശേഷം കഴിഞ്ഞുപോയ ഏതാനും വർഷങ്ങൾ ആ യുവാവിനെ ഒരു കൊള്ളക്കാരനും കൊലപാതകിയും ആത്മാവുകളെ നശിപ്പിക്കുന്നവുമാക്കി മാറ്റി. അവനെ എതിർത്തവരെയെല്ലാം അവൻ തമർത്തിക്കളഞ്ഞു. അവൻ സമാഹരിച്ച കണക്കില്ലാത്ത പണംകൊണ്ട് അധികാരസ്ഥാനങ്ങളിൽ ഇരുന്നവരെയെല്ലാം അവൻ സ്വാധീനിച്ചു. അവൻ സഹപ്രവർത്തകരാൽ പ്രശംസിക്കപ്പെട്ടു. മറ്റ് കള്ളന്മാരുടെ അസൂയാപാത്രമായി, ജനക്കൂട്ടങ്ങൾ അവനെ ഭയക്കുകയും ചെയ്തു.

അവന്റെ സമ്പത്തും കപടസ്ഥാനവും കണ്ട് നഗരത്തിന്റെ എമീർ അവനെ തന്റെ നഗരത്തിലെ ഡെപ്യൂട്ടിയാക്കി–ബുദ്ധിശൂന്യരായ ഭരണാധികാരികൾ പിന്തുടരുന്ന ദുഃഖകരമായ നടപടി. മോഷണം അപ്പോൾ നിയമവിധേയമാക്കപ്പെട്ടു; മർദ്ദനം അധികാരത്തിൽ പിന്തുണയ്ക്കപ്പെട്ടു, ബലഹീനരെ അടിച്ചൊതുക്കൽ സർവസാധാരണമായി. ജനക്കൂട്ടങ്ങൾ മേനിനടിച്ചെത്തുകയും പ്രശംസകൾ ചൊരിയുകയും ചെയ്തു.

മനുഷ്യവംശത്തിന്റെ സ്വാർത്ഥം അതിന്റെ ആദ്യസ്പർശം വഴി എളിമയാർന്നവരെ കുറ്റവാളികളാക്കിയത്, സമാധാനത്തിന്റെ സന്തതികളെ ഘാതകമാരാക്കിയത് അങ്ങിനെയാണ്.

84

രണ്ടു പൈതങ്ങൾ

ഒരു രാജകുമാരൻ തന്റെ കൊട്ടാരത്തിന്റെ മട്ടുപ്പാവിൽനിന്നുകൊണ്ട്, ആ വിശേഷാവസരത്തിൽ വിളിച്ചുവരുത്തിയ വലിയ പുരുഷാരത്തെ നോക്കി ഇപ്രകാരം പറഞ്ഞു: "ഒരു പുതിയ രാജകുമാരൻ ഭൂജാതനായ ഈ വിശേഷാവസരത്തിൽ നിങ്ങൾക്കും ഭാഗ്യമുള്ള ഈ രാജ്യത്തിന് മുഴുവനും ഞാൻ എന്റെ അഭിനന്ദനങ്ങൾ നേരുന്നു. ഈ രാജകുമാരൻ എന്റെ മഹത്തായ കുടുംബത്തിന്റെ സൽപ്പേര് നീണാൾ വഹിക്കുമെന്ന് മാത്രമല്ല, അവനെക്കുറിച്ച് നിങ്ങൾ ന്യായമായും അഭിമാനിക്കുകയും ചെയ്യും. മഹത്തും വിഖ്യാതവുമായ ഒരു പാരമ്പര്യത്തിന്റെ പുതിയ പതാകാ വാഹകനാണ് അവൻ. അവനെ ആശ്രയിച്ചാണ് ഈ രാജ്യത്തിന്റെ ശോഭനമായ ഭാവി നിലകൊള്ളുന്നത്. ഇനി നിങ്ങൾ പാട്ടുപാടി സന്തോഷിക്കുവിൻ!"

ജനക്കൂട്ടങ്ങളുടെ ശബ്ദകോലാഹലം സന്തോഷവും നന്ദിയും നിറച്ച പാട്ടുകൾകൊണ്ട് ആകാശം വരെ മുഴങ്ങി. തങ്ങളുടെ കഴുത്തിൽ മർദ്ദനത്തിന്റെ നുകം വച്ചുകെട്ടുകയും ബലഹീനരെ ക്രൂരമായ അധികാരമുപയോഗിച്ച് ഭരിക്കുകയും അവരുടെ ശരീരങ്ങളെ ചൂഷണം ചെയ്യുകയും ആത്മാവുകളെ ഹനിക്കുകയും ചെയ്യുന്ന പുതിയൊരു സ്വേച്ഛാധിപതിയെയാണ് അവർ സ്വാഗതം ചെയ്തത്. ആ ഒരു തലവിധിക്കുവേണ്ടിയാണ്, ആ ജനക്കൂട്ടം നവജാതനായ എമീറിന്റെ ആരോഗ്യത്തിനായി ആനന്ദാതിരേകത്തോടെ പാടുകയും പാനം ചെയ്യുകയും ചെയ്തത്.

അതേസമയത്തുതന്നെ ആ രാജ്യത്ത് മറ്റൊരു ശിശുകൂടി ഭൂജാതനായിരുന്നു. ജനക്കൂട്ടങ്ങൾ ശക്തനായവനെ മഹത്ത്വപ്പെടുത്തിക്കൊണ്ട്

സ്വയം ചെറുതാക്കപ്പെടുകയും, ഭാവിയിലെ ഒരു സ്വേച്ഛാധികാരിയെ സ്തുതിച്ചുകൊണ്ട് പാടുകയും ജനങ്ങളുടെ ബലഹീനതയും ദാസ്യമനോഭാവവുംകണ്ട് സ്വർഗ്ഗത്തിലെ മാലാഖമാർ കരയുകയും ചെയ്തുകൊണ്ടിരുന്നപ്പോൾ രോഗഗ്രസ്തയായ ഒരു സ്ത്രീ ചിന്തിക്കുകയായിരുന്നു. പഴകി ദ്രവിച്ച വിജനമായൊരു കുടിലിൽ ജീവിച്ചിരുന്ന അവൾ, മയമില്ലാത്തൊരു കിടക്കയിൽ പട്ടിണികൊണ്ട് മരിക്കാറായി കിടക്കുകയായിരുന്നു, അവളുടെ സമീപത്തായി തന്റെ നവജാത ശിശു പഴന്തുണികൊണ്ടുള്ള പിള്ളക്കച്ചകളിൽ പൊതിഞ്ഞ് ശയിച്ചിരുന്നു. മാനുഷികത്വത്താൽ നിരാകരിക്കപ്പെട്ട അവൾ ദരിദ്രയും ദുരിതമനുഭവിക്കുന്നവളുമായ യുവതിയായൊരു ഭാര്യയായിരുന്നു; അവളുടെ ഭർത്താവാകട്ടെ അവിടത്തെ രാജകുമാരന്റെ മർദ്ദനം ഒരുക്കിയ മരണക്കെണിയിൽ അകപ്പെട്ടതിനാൽ അവർ ഏകാകിയായിരുന്നു; അവൾക്കൊരു തുണയായിട്ടാണ്, ആ രാത്രി ദൈവം ഒരു കൊച്ചുകൂട്ടുകാരനെ അയച്ചത്, ജീവൻ നിലനിറുത്താനായി അവൾ കഷ്ടപ്പെടുന്നത് തടയാൻവേണ്ടി.

ജനക്കൂട്ടം പിരിഞ്ഞു പോകുകയും പരിസരത്ത് നിശ്ശബ്ദത പുനഃസ്ഥാപിക്കപ്പെടുകയും ചെയ്തപ്പോൾ ദുരവസ്ഥയിലായ ആ യുവതി തന്റെ പൈതലിനെ മടിയിൽ കിടത്തി അവന്റെ മുഖത്തേക്ക് നോക്കി. അപ്പോൾ അവളുടെ കണ്ണുകളിൽനിന്നും കണ്ണുനീർ ധാരയായി ഒഴുകി; ആ ശിശുവിനെ കണ്ണീരിനാൽ ജ്ഞാനസ്നാനപ്പെടുത്താനെന്നപോലെ. അനന്തരം വിശപ്പിനാൽ ബലഹീനമാക്കപ്പെട്ട ശബ്ദത്തിൽ അവൾ ആ കുഞ്ഞിനോട് പറഞ്ഞു: "നീ എന്തിനാണ് ആത്മീയതയുടെ ലോകം വിട്ട് ലൗകികമായ ഈ ജീവിതത്തിന്റെ കയ്പു പങ്കിടാൻ എന്നോടൊപ്പം വന്നത്? എന്തിനാണ് നീ മാലാഖമാരെയും വിശാലമായ ആകാശത്തെയും ഉപേക്ഷിച്ച് വേദനയും മർദ്ദനവും ഹൃദയമില്ലായ്മയുംകൊണ്ട് നിറഞ്ഞ ദുരിതപൂരിതമായ മനുഷ്യരുടെ ഈ നാട്ടിലേക്ക് വന്നത്? നിനക്ക് നല്കാനായി കണ്ണുനീരൊഴികെ മറ്റൊന്നും എന്റെ പക്കലില്ല; പാലിന് പകരം കണ്ണുനീരുകൊണ്ട് നീ പുഷ്ടിപ്പെടുമോ? നിന്നെ പുതപ്പിക്കാൻ എനിക്ക് പട്ടുവസ്ത്രങ്ങളില്ല; നഗ്നവും വിറകൊള്ളുന്നതുമായ എന്റെ ഈ കരങ്ങൾ നിനക്ക് ചൂട് നല്കുമോ? പുൽമേടുകളിൽ മേഞ്ഞുനടക്കുന്ന ചെറിയ മൃഗങ്ങൾ സുരക്ഷിതരായി അവരുടെ തൊഴുത്തുകളിലേക്ക് തിരിച്ചെത്തുന്നു; ചെറുപക്ഷികൾ വിത്തുകൾ കൊത്തിത്തിന്ന് സമാധാനത്തോടെ വൃക്ഷശാഖകൾക്കിടയിൽ ഉറങ്ങുന്നു. പക്ഷേ, കുഞ്ഞേ, എന്റെ ഓമനേ, നിനക്ക് സ്നേഹമയി എങ്കിലും അഗതിയായ ഒരമ്മയല്ലാതെ മറ്റൊന്നുമില്ല."

അനന്തരം അവൾ തന്റെ പിഞ്ചുകുഞ്ഞിനെ അവളുടെ കരങ്ങളിൽ കോരിയെടുത്ത് ശോഷിച്ച മാറിടത്തോട് ചേർത്ത് കൈകൾകൊണ്ട് ചുറ്റിപ്പിടിച്ചു, മുമ്പത്തെപ്പോലെ രണ്ട് ശരീരങ്ങളും ഒന്നായിത്തീരാൻ ആഗ്ര

ഹിക്കുന്നപോലെ. പിന്നീട് അവൾ തന്റെ എരിയുന്ന കണ്ണുകൾ മെല്ലെ ആകാശത്തേക്ക് ഉയർത്തി കരഞ്ഞ് പറഞ്ഞു: "ദൈവമേ! ഹതഭാഗ്യരായ എന്റെ നാട്ടുകാരുടെമേൽ കരുണയുണ്ടാവണേ!"

ആ നിമിഷം ചന്ദ്രബിംബത്തെ മറച്ചിരുന്ന മേഘപാളികൾ ഒഴുകി മാറുകയും ആ പഴയ വീടിന്റെ കട്ടളയുടെ മുകളിലൂടെ തുളച്ചിറങ്ങിയ ചന്ദ്രരശ്മികൾ രണ്ട് മൃതദേഹങ്ങൾക്കുമേൽ പതിക്കുകയും ചെയ്തു.

85

വസ്ത്രങ്ങൾ

ഒരുദിവസം പകൽസമയത്ത് ഒരു കടൽത്തീരത്തുവച്ച് സൗന്ദര്യവും വൈരൂപ്യവും തമ്മിൽ കണ്ടുമുട്ടി. അപ്പോൾ അവർ പരസ്പരം പറഞ്ഞു, "നമുക്ക് ഈ കടലിൽ ഒന്ന് കുളിക്കാം."

അങ്ങനെ അവർ വസ്ത്രങ്ങൾ ഊരിയിട്ട് കടലിൽ നീന്തിത്തുടിച്ചു. കുറേനേരം കഴിഞ്ഞ് വൈരൂപ്യം തീരത്തേക്ക് മടങ്ങിവന്ന് സൗന്ദര്യത്തിന്റെ വസ്ത്രങ്ങളെടുത്ത് അണിഞ്ഞ് അവന്റെ വഴിക്കുപോയി.

കുറച്ചുകഴിഞ്ഞ് സൗന്ദര്യവും കടലിൽനിന്ന് കരയ്ക്കുവന്നു. തന്റെ വസ്ത്രങ്ങൾ കാണാതെ വരുകയും, നഗ്നയായിരിക്കാൻ അതീവ ലജ്ജ തോന്നുകയും ചെയ്തതുകൊണ്ട് അവൾ സ്വയം വൈരൂപ്യത്തിന്റെ വസ്ത്രങ്ങളെടുത്ത് ധരിച്ചു; പിന്നെ അവളുടെ വഴിക്ക് പോയി.

അന്നുമുതൽ ഇന്നോളം പുരുഷന്മാരും സ്ത്രീകളും ഒരാളെ മറ്റൊരാളായി തെറ്റിദ്ധരിക്കുന്നു.

എന്നിരുന്നാലും, ചിലരുണ്ട് അവർ സൗന്ദര്യത്തിന്റെ മുഖം കാണുകയും മനസ്സിലാക്കുകയും ചെയ്യുന്നു, അവൾ ധരിച്ചിരിക്കുന്ന വസ്ത്രങ്ങൾ വേറെയാണെങ്കിലും അതേപോലെ മറ്റുചിലരുണ്ട്, അവർ വൈരൂപ്യത്തിന്റെ മുഖം കണ്ടറിയുന്നു, അവൻ ധരിക്കുന്ന വസ്ത്രങ്ങൾ അവരുടെ കണ്ണുകളിൽനിന്നും അവനെ മറച്ചുപിടിക്കുന്നില്ല.

86

കഴുകനും വാനമ്പാടിയും

ഒരു വാനമ്പാടിയും ഒരു കഴുകനും ഒരിക്കൽ ഉയരമുള്ളൊരു കുന്നിൻമുകളിലെ പാറക്കെട്ടിൽവച്ച് കണ്ടുമുട്ടി. വാനമ്പാടി പറഞ്ഞു: "സാർ, അങ്ങേയ്ക്ക് സുപ്രഭാതം" അപ്പോൾ ആ കഴുകൻ അത്ര രസമില്ലാതെ അവനെ നോക്കി ശബ്ദം താഴ്ത്തി പറഞ്ഞു: "സുപ്രഭാതം."

വാനമ്പാടി തുടർന്ന് പറഞ്ഞു: "സാർ, അങ്ങയുടെ കാര്യങ്ങൾ കുഴപ്പമില്ലാതെ പോകുന്നു. എന്ന് ഞാൻ കരുതുന്നു."

"ഏയ്" കഴുകൻ പറഞ്ഞു: "നമ്മുടെ കാര്യങ്ങൾ ഭംഗിയായി നടക്കുന്നു. പക്ഷേ, നിനക്ക് ഒരു കാര്യം അറിഞ്ഞുകൂടേ, അതായത് നോം പക്ഷികളുടെ രാജാവാണ്, അതുകൊണ്ട് നോം സംസാരിക്കുന്നതിനുമുമ്പേ നീ ഞങ്ങളോട് സംസാരിക്കാൻ പാടില്ലെന്ന്?"

വാനമ്പാടി പറഞ്ഞു: "ഞാൻ വിചാരിക്കുന്നത് നമ്മൾ രണ്ടുപേരും ഒരേ കുടുംബത്തിൽപ്പെട്ടവരാണ് എന്നാണ്."

ആ കഴുകൻ പരിഹാസത്തോടെ വാനമ്പാടിയെ നോക്കി ധിക്കാരത്തോടെ പറഞ്ഞു: "ഞാനും നീയും ഒരേ കുടുംബത്തിൽ പെട്ടവരാണെന്ന് ആരാണ് നിന്നോട് പറഞ്ഞത്?"

അപ്പോൾ വാനമ്പാടി പറഞ്ഞു: "എങ്കിൽ ഒരു കാര്യം ഞാൻ അങ്ങയെ ഓർമ്മിപ്പിക്കാം. എനിക്കും അങ്ങയെപ്പോലെതന്നെ അത്ര ഉയരത്തിൽ പറക്കാൻ കഴിയും. പിന്നെ എനിക്ക് പാടാനും ഈ ഭൂമിയിലുള്ള മറ്റ് ജീവികൾക്ക് ആനന്ദം നല്കാനും കഴിയും. അതേസമയം അങ്ങേയ്ക്ക് സന്തോഷമോ ആനന്ദമോ നല്കാനാവില്ല."

അപ്പോൾ ആ കഴുകന് കോപം വന്നു, അവൻ പറഞ്ഞു: "സന്തോഷവും ആനന്ദവും! നീ വല്ലാതെ മേനി നടിക്കുന്ന ഒരു ചെറിയ ജീവിയാണ്! എന്റെ ചുണ്ടിന്റെ ഒറ്റ കൊത്തുകൊണ്ട് നിന്റെ കഥ കഴിക്കാൻ

എനിക്കാവും; നിനക്ക് എന്റെ കാല്പാദത്തിന്റെ വലിപ്പമല്ലേയുള്ളൂ."

അപ്പോഴേക്കും ആ വാനമ്പാടി പറന്ന് കഴുകന്റെ പുറത്തുകയറിയിരുന്ന് അവന്റെ തൂവലുകൾ കൊത്തിപ്പറിക്കാൻ തുടങ്ങി. കഴുകന് നന്നേ ദേഷ്യം വന്നു, അവൻ വളരെ വേഗത്തിലും ഉയരത്തിലും പറന്നു നോക്കി, ആ ചെറുപക്ഷിയിൽനിന്നും സ്വയം ഒഴിവാകാൻ വേണ്ടി. പക്ഷേ, അവൻ അതിൽ പരാജയപ്പെട്ടു. ഒടുവിൽ അവൻ അന്നത്തെ ആ നാഴികയെ ശപിച്ചുകൊണ്ട് ആ കുന്നിലെ അതേ പാറക്കെട്ടിൽത്തന്നെ തിരിയെ പറന്നിറങ്ങി, മുമ്പത്തേക്കാളും ദേഷ്യത്തോടെ; അവന്റെ പുറത്ത് ആ ചെറിയ പക്ഷി അപ്പോഴും ഇരിപ്പുണ്ടായിരുന്നു.

ആ സമയത്ത് അതുവഴി ഒരു ചെറിയ ആമ ഇഴഞ്ഞുവന്നു. അവൾ ഈ കാഴ്ചകണ്ട് ചിരിച്ചുചിരിച്ച് ഏറക്കുറെ മലർന്നുവീണുപോകുന്ന സ്ഥിതിയായി.

അപ്പോൾ കുപിതനായ ആ കഴുകൻ ദേഷ്യത്തിൽ ആമയെ നോക്കി ചോദിച്ചു, "എപ്പോഴും മെല്ലെ ഇഴഞ്ഞുനടക്കുന്ന നീ ഭൂമിയുമായി എപ്പോഴും ഒന്നിച്ച് കഴിയുന്ന നീ, എന്തുകണ്ടിട്ടാണ് ഇത്ര ചിരിക്കുന്നത്?"

ആമ അപ്പോൾ പറഞ്ഞു: "അതോ ഞാൻ കാണുന്നത് താങ്കൾ ഒരു കുതിരയായി മാറിയിരിക്കുന്നതും ഒരു ചെറിയ പക്ഷി താങ്കളുടെ പുറത്തിരുന്ന് സവാരി ചെയ്യുന്നതുമാണ്. പക്ഷേ, ആ ചെറിയ പക്ഷിയാണ് തമ്മിൽ ഭേദപ്പെട്ട പക്ഷി."

അപ്പോൾ കഴുകൻ ആമയോട് പറഞ്ഞു: "നീ നിന്റെ കാര്യം നോക്കി പൊയ്ക്കോ. ഇത് ഞങ്ങളുടെ കുടുംബകാര്യമാണ്, ഞാനും എന്റെ സഹോദരൻ, ആ വാനമ്പാടിയും തമ്മിലുള്ള ഇടപാട്."

87

പ്രണയഗാനം

ഒരു കവി ഒരു പ്രണയഗാനം എഴുതി: അത് വളരെ മനോഹരമായിരുന്നു. അദ്ദേഹം അതിന്റെ നിരവധി പതിപ്പുകൾ എടുത്ത്, സ്ത്രീകളും പുരുഷന്മാരും അടങ്ങുന്ന അദ്ദേഹത്തിന്റെ സുഹൃത്തുക്കൾക്കും പരിചയക്കാർക്കും അയച്ചുകൊടുത്തു. അക്കൂട്ടത്തിൽ മലകൾക്ക് അപ്പുറത്ത് താമസിക്കുന്ന, അദ്ദേഹം ഒരിക്കൽ മാത്രം കണ്ടിട്ടുള്ള ഒരു യുവതിയും ഉണ്ടായിരുന്നു.

ഒന്നുരണ്ട് ദിവസം കഴിഞ്ഞപ്പോൾ ഒരു ദൂതൻ ഈ യുവതിയുടെയടുത്തുനിന്ന് ഒരു കത്തുമായി വന്നു. ആ കത്തിൽ അവൾ ഇങ്ങനെ എഴുതിയിരുന്നു: "അങ്ങ് എനിക്കെഴുതിയ പ്രണയഗാനത്തിൽ ഞാൻ അഗാധമായി സ്പർശിക്കപ്പെട്ടുവെന്ന് ഞാൻ അങ്ങയോട് തീർത്തുപറയുന്നു. ഇനി അങ്ങ് വരണം എന്റെ അച്ഛനെയും അമ്മയെയും കാണണം, അതിനുശേഷം ഞങ്ങൾ വിവാഹനിശ്ചയത്തിനുള്ള ഒരുക്കങ്ങൾ നടത്താം."

അതിന് ആ കവി ഒരു മറുപടിക്കത്ത് എഴുതി, അതിൽ ഇങ്ങനെ പറഞ്ഞു: "എന്റെ സുഹൃത്തേ അത് വെറുമൊരു പ്രണയഗാനമായിരുന്നു, ഒരു കവിയുടെ ഹൃദയത്തിൽനിന്ന് വരുന്നത്, ഓരോ പുരുഷനും ഓരോ സ്ത്രീയോടും ആലപിക്കുന്നത്."

അതിന് മറുപടിയായി അവൾ വീണ്ടും എഴുതി, "വാക്കുകൾകൊണ്ട് കള്ളം പറയുന്ന കപടനാട്യക്കാരൻ! ഈ ദിവസം മുതൽ, എന്നെ ശവപ്പെട്ടിയിൽ വയ്ക്കുന്ന ദിവസംവരെ, നീ കാരണം ഞാൻ എല്ലാ കവികളെയും വെറുക്കും.

88

കണ്ണീരും ചിരിയും

നൈൽ നദിയുടെ തീരത്ത്, ഒരു സായാഹ്നത്തിൽ ഒരു കഴുതപ്പുലി ഒരു മുതലയെ കണ്ടുമുട്ടി. അവർ അവിടെ നിന്ന് അന്യോന്യം അഭിവാദ്യം ചെയ്തു.

കഴുതപ്പുലി ചോദിച്ചു, "കാര്യങ്ങൾ എങ്ങനെ പോകുന്നു, ചങ്ങാതീ?"

മുതല മറുപടിയായി പറഞ്ഞു: "എന്നെ സംബന്ധിച്ചിടത്തോളം മോശമാണ്. ചിലപ്പോഴൊക്കെ എന്റെ വേദനയും സങ്കടവുംകൊണ്ട് ഞാൻ കരയും, പക്ഷേ, അപ്പോഴൊക്കെ ഈ ജീവികൾ പറയുന്നത്, 'ഇതൊക്കെ വെറും മുതലക്കണ്ണീരാണ്' എന്നാണ്. ഇത് എന്നെ പറഞ്ഞറിയിക്കാനാവാത്തവിധം മുറിപ്പെടുത്തുന്നു.

അപ്പോൾ കഴുതപ്പുലി പറഞ്ഞു: "നീ നിന്റെ വേദനയെക്കുറിച്ചും നിന്റെ ദുഃഖത്തെക്കുറിച്ചും പറയുന്നു, പക്ഷേ, ഒരുനിമിഷത്തേക്ക്, എന്നെക്കുറിച്ചും ഒന്ന് ചിന്തിക്കണം. ഞാൻ ഈ ലോകത്തിന്റെ സൗന്ദര്യം നോക്കിനില്ക്കും, അതിലെ അത്ഭുതങ്ങളും ആശ്ചര്യങ്ങളുമൊക്കെ; എന്നിട്ട് സന്തോഷം കൊണ്ടുതന്നെ ഞാൻ ചിരിക്കും, പകൽ വെളിച്ചം ചിരിക്കുന്നപോലെ. അപ്പോൾ കാട്ടിലുള്ള ആൾക്കാർ പറയും, "ഓ, അതൊരു കഴുതപ്പുലിയുടെ ചിരിയാണ്" എന്ന്.

89

പ്രദർശനം കാണാൻ

ഗ്രാമപ്രദേശത്തുനിന്നും ഒരു പെൺകുട്ടി പ്രദർശനം കാണാൻ വന്നു, അതീവ സുന്ദരി. അവളുടെ മുഖത്ത് ഒരു ലില്ലിപ്പൂവും റോസാപ്പൂവും വിരിഞ്ഞുനിന്നു. അവളുടെ മുടിയിൽ സൂര്യാസ്തമനം, അവളുടെ ചൊടികളിൽ ഉഷസ്സ് പുഞ്ചിരിച്ചുനിന്നു.

സുന്ദരിയായ ഈ അപരിചിത തങ്ങളുടെ ദൃഷ്ടിയിൽ പെട്ടയുടനെ യുവാക്കൾ അവളുടെ അടുത്തേക്ക് ചെന്ന് വളഞ്ഞുനിന്നു. ഒരുത്തന് അവളോടൊപ്പം നൃത്തംചെയ്യണം, മറ്റൊരുത്തന് അവളുടെ ബഹുമാനാർത്ഥം കേക്ക് മുറിക്കണം. അവർക്കെല്ലാവർക്കും അവളുടെ കവളിൽ മുത്തമിടാൻ മോഹം. എന്തൊക്കെയായാലും, അതൊരു പ്രദർശനവേളയല്ലേ?

പക്ഷേ, ആ പെൺകുട്ടി പരിഭ്രമിക്കുകയും ഞെട്ടുകയും ചെയ്തു, അവൾ ആ യുവാക്കളെക്കുറിച്ച് മോശമായി വിചാരിച്ചു. അവൾ അവരെ ശകാരിച്ചു, അവരിൽ ഒന്നോ രണ്ടോ പേർക്ക് അവൾ മുഖത്ത് അടികൊടുക്കുകപോലും ചെയ്തു. അതിനുശേഷം അവൾ അവരുടെയടുത്തുനിന്നും ഓടിപ്പോയി.

അന്ന് വൈകുന്നേരം വീട്ടിലേക്ക് മടങ്ങിപ്പോകുമ്പോൾ അവൾ ഹൃദയത്തിൽ പറഞ്ഞു: 'എനിക്ക് മടുപ്പു തോന്നുന്നു. ഈ പുരുഷന്മാർ എത്ര ഹൃദയമില്ലാത്തവരും കുടുംബമഹിമയില്ലാത്തവരുമാണ്. എന്റെ ക്ഷമയുടെ അതിര് കടന്നു.'

ഒരു വർഷം കഴിഞ്ഞുപോയി, ആ സമയത്തൊക്കെ സുന്ദരിയായ അതേ പെൺകുട്ടി തന്നെ പ്രദർശനങ്ങളെക്കുറിച്ചും പുരുഷന്മാരെക്കുറിച്ചുമൊക്കെ ഒത്തിരി ആലോചിച്ചുകൊണ്ടിരുന്നു. അതിനുശേഷം അവൾ വീണ്ടും പ്രദർശനം കാണാനെത്തി, മുഖത്ത് ലില്ലിപ്പൂവും റോസാപ്പൂവും മുടിയിൽ സൂര്യാസ്തമനവും ചൊടികളിൽ പുഞ്ചിരിക്കുന്ന ഉഷസ്സുമായിട്ട്.

പക്ഷേ, ഇക്കുറി അവളെ കണ്ടപ്പോൾ യുവാക്കൾ അവളിൽനിന്നും അകന്നുമാറി പോകുകയായിരുന്നു. അങ്ങനെ ദിവസം മുഴുവൻ അവൾ ആരാലും സമീപിക്കപ്പെടാതെ ഏകാകിനിയായി കഴിച്ചുകൂട്ടി.

വൈകുന്നേരം അവൾ വീട്ടിലേക്കുള്ള വഴിയിൽ തിരിച്ചുപോകുമ്പോൾ കരഞ്ഞുകൊണ്ട് സ്വയം ഹൃദയത്തിൽ പറഞ്ഞു, 'എനിക്ക് മടുപ്പുതോന്നുന്നു, ഈ യുവാക്കൾ എത്ര മര്യാദയില്ലാത്തവരും കുടുംബമഹിമയില്ലാത്തവരുമാണ്. എന്റെ ക്ഷമയുടെ അതിര് കടക്കുന്നു.'

90

രണ്ടു രാജകുമാരിമാർ

ഷാവാക്കീസ് നഗരത്തിൽ ഒരു രാജകുമാരൻ ഉണ്ടായിരുന്നു, അദ്ദേഹത്തെ എല്ലാവരും സ്നേഹിച്ചിരുന്നു, പുരുഷന്മാരും സ്ത്രീകളും കുട്ടികളും. വയലിലെ മൃഗങ്ങൾപോലും അദ്ദേഹത്തെ ആശംസിക്കാൻ വന്നിരുന്നു.

പക്ഷേ, ആ മനുഷ്യരെല്ലാം പറഞ്ഞത്, അദ്ദേഹത്തിന്റെ ഭാര്യ, ആ രാജകുമാരി, അദ്ദേഹത്തെ സ്നേഹിച്ചിരുന്നില്ല എന്നാണ്; സ്നേഹിച്ചില്ല എന്നു മാത്രമല്ല അവൾ അദ്ദേഹത്തെ വെറുക്കുകയും ചെയ്തിരുന്നു.

ഒരുദിവസം സമീപത്തെ ഒരു നഗരത്തിൽനിന്ന് ഒരു രാജകുമാരി ഷാവാക്കീസിലെ രാജകുമാരിയെ സന്ദർശിക്കാൻ വന്നു. അവർ കൂടിയിരുന്ന് സംസാരിച്ചപ്പോൾ, സ്വാഭാവികമായും സംസാരം അവരുടെ ഭർത്താക്കന്മാരെ കുറിച്ചായി.

അപ്പോൾ ഷാവാക്കീസിലെ രാജകുമാരി ആവേശത്തോടെ പറഞ്ഞു: "നിങ്ങൾ വിവാഹം കഴിഞ്ഞിട്ട് ഇത്രയും വർഷങ്ങളായെങ്കിലും രാജകുമാരനുമായിട്ട് വളരെ സ്നേഹത്തിൽ കഴിയുന്നതിലും നിങ്ങളുടെ ഭർത്താവിനെക്കുറിച്ചും എനിക്ക് അസൂയ തോന്നുന്നു. എനിക്ക് എന്റെ ഭർത്താവിനെ വെറുപ്പാണ്. അയാൾ എനിക്കു മാത്രമായുള്ള ആളല്ല, അങ്ങനെ ഞാൻ ഏറ്റവും അസന്തുഷ്ടയായ ഒരു സ്ത്രീയാണ്."

അപ്പോൾ സന്ദർശകയായ രാജകുമാരി അവളെ സൂക്ഷിച്ചുനോക്കിക്കൊണ്ട് പറഞ്ഞു: "എന്റെ കൂട്ടുകാരീ, വാസ്തവം എന്താണെന്നുവച്ചാൽ നീ നിന്റെ ഭർത്താവിനെ സ്നേഹിക്കുന്നു എന്നതാണ്. അതേ നിനക്ക് ഇപ്പോഴും അയാൾക്കുവേണ്ടി ചെലവഴിക്കപ്പെടാത്ത ആവേശമുണ്ട്, അതുതന്നെയാണ് ഒരു സ്ത്രീയിലെ ജീവിതവും; ഒരു പൂന്തോട്ടത്തിന് വസന്തം എന്നപോലെ. പക്ഷേ, നിനക്ക് എന്നെയും എന്റെ ഭർത്താവിനെയും കുറിച്ച് അറിഞ്ഞാൽ കഷ്ടം തോന്നും. എന്തെന്നാൽ ഞങ്ങൾ നിശ്ശബ്ദമായ ക്ഷമയിൽ പരസ്പരം സഹിച്ച് കഴിഞ്ഞുകൂടുന്നു എന്നേയുള്ളൂ. എന്നിട്ടും നീയും മറ്റുള്ളവരുമൊക്കെ അത് സന്തോഷമാണെന്ന് കരുതുന്നു.

91

ഇടിമിന്നൽ

ഇടിമിന്നലുള്ള ഒരു രാത്രിയിൽ ഒരു ക്രിസ്ത്യൻ ബിഷപ്പ് തന്റെ കത്തീഡ്രൽ ദേവാലയത്തിൽ ഇരിക്കുകയായിരുന്നു. ഒരു അക്രൈസ്തവ സ്ത്രീ അദ്ദേഹത്തിന്റെ മുന്നിൽ വന്നുനിന്നുകൊണ്ട് ചോദിച്ചു, "ഞാൻ ഒരു ക്രിസ്ത്യാനിയല്ല. എനിക്ക് നരകാഗ്നിയിൽനിന്ന് മോചനം ലഭിക്കുമോ?"

ബിഷപ്പ് ആ സ്ത്രീയെ നോക്കിയശേഷം മറുപടിയായി പറഞ്ഞു "ഇല്ല, ജലത്താലും അരൂപിയാലും ജ്ഞാനസ്നാനപ്പെടുത്തപ്പെട്ടവർക്ക് മാത്രമേ മോക്ഷം ലഭിക്കുകയുള്ളൂ."

അദ്ദേഹം അപ്രകാരം സംസാരിച്ചുകൊണ്ടിരുന്നപ്പോൾ തന്നെ ആകാശത്തുനിന്ന് ഒരു ഇടിമിന്നൽ ആ കത്തീഡ്രലിനുമേൽ വീഴുകയും ആ ദേവാലയം അഗ്നികൊണ്ട് നിറയുകയും ചെയ്തു.

നഗരത്തിൽനിന്ന് ആൾക്കാർ ഓടിക്കൂടി. അവർ പണിപ്പെട്ട് ആ സ്ത്രീയെ രക്ഷിച്ചു, പക്ഷേ, ബിഷപ്പ് ദഹിച്ചുപോയിരുന്നു, അഗ്നിയുടെ ഭക്ഷണമായിട്ട്.

92

സന്ന്യാസിയും മൃഗങ്ങളും

ഒരിക്കൽ പച്ചപ്പുല്ലു നിറഞ്ഞ കുന്നുകൾക്കിടയിൽ ഒരു സന്യാസി ജീവിച്ചിരുന്നു. അദ്ദേഹം ധവളമായ ഹൃദയവും പരിശുദ്ധമായ ആത്മാവും ഉള്ളവനായിരുന്നു. അദ്ദേഹത്തിന്റെ അടുത്തേക്ക് ഭൂമിയിലെ എല്ലാ മൃഗങ്ങളും ആകാശത്തിലെ എല്ലാ പറവകളും ഇണകളുമായി വരികയും അവയോട് അദ്ദേഹം സംസാരിക്കുകയും ചെയ്തിരുന്നു. അവയെല്ലാം അദ്ദേഹം പറയുന്നത് സന്തോഷത്തോടെ കേൾക്കുകയും, അദ്ദേഹത്തോട് ആവുന്നത്ര അടുത്തിരിക്കുകയും ചെയ്യും; രാത്രിയാകുന്നതുവരെ അവ പോകുകയുമില്ല. പിന്നെ അദ്ദേഹം അവയെ പറഞ്ഞയക്കും, അവയെ എല്ലാം അനുഗ്രഹിച്ചശേഷം കാറ്റിന്റെയും കാടിന്റെയും സംരക്ഷണത്തിൽ ഏല്പിച്ചുകൊണ്ട്.

ഒരുദിവസം സായാഹ്നത്തിൽ അദ്ദേഹം സ്നേഹത്തെക്കുറിച്ച് സംസാരിച്ചുകൊണ്ടിരുന്നപ്പോൾ ഒരു പുള്ളിപ്പുലി അവളുടെ തല ഉയർത്തി ആ സന്യാസിയോട് ചോദിച്ചു: "അങ്ങ് ഞങ്ങളോട് സ്നേഹത്തെക്കുറിച്ച് സംസാരിക്കുന്നു. അങ്ങ് ദയവായി ഞങ്ങളോട് പറയുമോ, അങ്ങയുടെ ഇണ എവിടെയാണ്?"

അപ്പോൾ ആ സന്യാസി പറഞ്ഞു: "എനിക്ക് ഇണ ഇല്ല."

അതുകേട്ടപ്പൾ മൃഗങ്ങളുടെയും പക്ഷികളുടെയും ആ കൂട്ടായ്മയിൽ നിന്ന് ആശ്ചര്യത്തിന്റേതായ ഒരു വലിയ ശബ്ദം ഉയർന്നു. അവർ തമ്മിൽ തമ്മിൽ പറയാൻ തുടങ്ങി, "ഇദ്ദേഹത്തിന് സ്നേഹത്തെക്കുറിച്ചും ഇണചേരലിനെക്കുറിച്ചും നമ്മളോട് എങ്ങനെ പറയാൻ കഴിയും, അദ്ദേഹത്തിനുതന്നെ അതിനെക്കുറിച്ച് ഒന്നും അറിവില്ലാത്തപ്പോൾ?" അനന്തരം അവർ നിരാശയോടെ നിശ്ശബ്ദരായി അദ്ദേഹത്തെ തനിച്ച് അവിടെ വിട്ടിട്ട് പൊയ്ക്കളഞ്ഞു.

അന്ന് രാത്രി ആ സന്യാസി തന്റെ പായയിൽ മുഖം ഭൂമിയിലേക്ക് തിരിച്ച് കിടന്നു, എന്നിട്ട് കൈകൾ മാറത്തടിച്ചുകൊണ്ട് ദയനീയമായി കരഞ്ഞു.

93

പ്രവാചകനും കുട്ടിയും

ഒരിക്കൽ പകൽസമയത്ത് ഷാരിയാ പ്രവാചകൻ ഒരു തോട്ടത്തിൽ വച്ച് ഒരു കുട്ടിയെ കണ്ടു. കുട്ടി അദ്ദേഹത്തിന്റെയടുത്തേക്ക് ഓടിച്ചെന്ന് പറഞ്ഞു: "സർ, അങ്ങേയ്ക്ക് സുപ്രഭാതം," പ്രവാചകനും പറഞ്ഞു, "കുഞ്ഞേ, നിനക്കും സുപ്രഭാതം" ഒരുനിമിഷത്തിനുശേഷം ചോദിച്ചു, "നീ തനിച്ചാണെന്ന് തോന്നുന്നല്ലോ?"

അപ്പോൾ ആ കുട്ടി ആഹ്ലാദത്തോടെ ചിരിച്ചുകൊണ്ട് പറഞ്ഞു: "എനിക്ക് എന്റെ ആയയെ പറഞ്ഞുവിടാൻ കുറേ സമയം വേണ്ടിവന്നു. അവർ വിചാരിക്കുന്നത് ഞാൻ വെട്ടിനുറുക്കിയിരിക്കുന്ന ആ ചെടികൾക്ക് പിന്നിലാണ് എന്നാണ്, പക്ഷേ, അങ്ങേയ്ക്ക് കണ്ടുകൂടേ ഞാൻ ഇവിടെ യാണെന്ന്?" പിന്നീട് അവൻ പ്രവാചകന്റെ മുഖത്തുനോക്കിക്കൊണ്ട് പറഞ്ഞു: "അങ്ങും തനിയെ ആണല്ലോ. അങ്ങ് ആയയെ ഒഴിവാക്കാൻ എന്താണ് ചെയ്തത്?"

പ്രവാചകൻ മറുപടിയായി പറഞ്ഞു: "ങാ അത് വേറൊരു കാര്യ മാണ്. സത്യം പറഞ്ഞാൽ എനിക്ക് അവരെ എപ്പോഴുമങ്ങനെ ഒഴിവാ ക്കാൻ സാധിക്കില്ല. പക്ഷേ, ഇപ്പോൾ ഞാൻ ഈ തോട്ടത്തിലേക്ക് വന്ന പ്പോൾ അവൾ വെട്ടിനിറുത്തിയിരിക്കുന്ന ആ ചെടികൾക്ക് പിന്നിൽ എന്നെ അന്വേഷിക്കുകയായിരുന്നു."

ആ കുട്ടി കൈകൾ കൊട്ടിക്കൊണ്ട് ഉറക്കെ വിളിച്ചു പറഞ്ഞു: "അപ്പോൾ അങ്ങും എന്നെപ്പോലെ വഴിതെറ്റി വന്നയാളാണ്! ഇങ്ങനെ വഴിതെറ്റുന്നത് നല്ലതല്ലേ?" തുടർന്ന് ആ കുട്ടി ചോദിച്ചു., "അങ്ങ് ആരാണ്?"

അപ്പോൾ അദ്ദേഹം പറഞ്ഞു: "അവരൊക്കെ എന്നെ വിളിക്കുന്നത് ഷാരിയാ പ്രവാചകൻ എന്നാണ് അതിരിക്കട്ടെ നീ ആരാണെന്ന് പറ ഞ്ഞാട്ടെ."

"ഞാൻ ഞാൻ തന്നെയാണ്." ആ കുട്ടി പറഞ്ഞു. എന്റെ ആയ എന്നെ അന്വേഷിച്ച് നടക്കുകയാണ്. ഞാൻ എവിടെയാണെന്ന് അവർക്ക് അറിയുകയുമില്ല."

അപ്പോൾ ആ പ്രവാചകൻ ആകാശത്തേക്ക് നോക്കിക്കൊണ്ട് പറഞ്ഞു: "ഞാനും എന്റെ ആയയിൽനിന്ന് രക്ഷപ്പെട്ട് നടക്കുകയാണ് കുറേ സമയത്തേക്ക്, പക്ഷേ, അവൾ എന്നെ കണ്ടുപിടിക്കും."

അപ്പോൾ ആ കുട്ടി പറഞ്ഞു: "എന്റെ ആയയും എന്നെ കണ്ടു പിടിക്കുമെന്ന് എനിക്കറിയാം."

ആ നിമിഷം ഒരു സ്ത്രീയുടെ ശബ്ദത്തിൽ ആ കുട്ടിയുടെ പേര് വിളിക്കുന്നത് കേട്ടു. "കണ്ടോ," ആ കുട്ടി പറഞ്ഞു, "ഞാൻ അങ്ങയോട് പറഞ്ഞില്ലേ, അവൾ എന്നെ കണ്ടുപിടിക്കുമെന്ന്."

ആ നിമിഷത്തിൽതന്നെ മറ്റൊരു ശബ്ദം കേൾക്കായി, "ഷാരിയാ, നീ എവിടെയാണ്?"

അപ്പോൾ പ്രവാചകൻ പറഞ്ഞു: "കണ്ടില്ലേ, എന്റെ കുഞ്ഞേ അവർ എന്നെയും കണ്ടെത്തിയിരിക്കുന്നു."

അനന്തരം തന്റെ മുഖം മുകളിലേക്ക് തിരിച്ച്, ഷാരിയാ മറുപടി പറഞ്ഞു, "ഞാൻ ഇവിടെയുണ്ട്."

94

മുത്ത്

ഒരു മുത്തുച്ചിപ്പി തന്റെ അയലത്തെ ചിപ്പിയോട് പറഞ്ഞു: "എനിക്ക് എന്റെയുള്ളിൽ അതികഠിനമായ വേദനയുണ്ട്. അത് ഉരുണ്ട് ഭാരമുള്ളൊരു സാധനമാണ്. എനിക്കാണെങ്കിൽ വല്ലാത്ത അസ്വാസ്ഥ്യവും."

അപ്പോൾ മറ്റേ മുത്തുച്ചിപ്പി ഗർവ്വ് കലർന്ന ഉദാസീനതയോടെ പറഞ്ഞു: "ദൈവത്തിനും കടലിനും സ്തുതിയായിരിക്കട്ടെ, എനിക്ക് ഉള്ളിൽ യാതൊരു വേദനയുമില്ല. എനിക്ക് അകത്തും പുറത്തും സൗഖ്യവും സമ്പൂർണ്ണതയും ഉണ്ട്."

ആ നിമിഷം അതുവഴി കടന്നുപോയ ഒരു ഞണ്ട് ഈ രണ്ട് ചിപ്പികളുടെയും സംഭാഷണം കേൾക്കാനിടയായി. അവൾ അകത്തും പുറത്തും സൗഖ്യവും സമ്പൂർണ്ണവുമാണെന്ന് പറഞ്ഞ ചിപ്പിയോട് പറഞ്ഞു: "അതേ, താങ്കൾ സമ്പൂർണ്ണനും സൗഖ്യമുള്ളവനുമാണ്; പക്ഷേ, താങ്കളുടെ അയലത്തെ ചിപ്പിയുടെ വേദനയുണ്ടല്ലോ, അത് അതീവ സുന്ദരമായ ഒരു മുത്തിനെ വഹിക്കുന്നതുകൊണ്ടാണ്.

95

ശരീരവും ആത്മാവും

വസന്തത്തിലേക്ക് തുറക്കുന്ന ഒരു ജനാലയ്ക്കരികിൽ ഒരു പുരുഷനും സ്ത്രീയും ഇരുന്നു. അവർ പരസ്പരം വളരെ അടുത്ത് ഇരിക്കുകയായിരുന്നു. ആ സ്ത്രീ പറഞ്ഞു: "ഞാൻ നിന്നെ സ്നേഹിക്കുന്നു. നീ സുന്ദരനാണ്, നീ ധനവാനുമാണ്, എപ്പോഴും ഭംഗിയായി വസ്ത്രധാരണം ചെയ്യുന്നുമുണ്ട്."

അപ്പോൾ ആ പുരുഷൻ പറഞ്ഞു: "ഞാനും നിന്നെ സ്നേഹിക്കുന്നു നീ മനോഹരമായൊരു ചിന്തയാണ്, കൈകളിൽ പിടിക്കാൻ കഴിയാത്ത ഒരു വസ്തുവാണ്, എന്റെ സ്വപ്നത്തിലെ ഒരു ഗാനവുമാണ്."

പക്ഷേ, അവൾ ദേഷ്യത്തോടെ ആ പുരുഷന്റെയടുത്തുനിന്ന് മാറി നിന്നു. പിന്നെ അവൾ പറഞ്ഞു: "സാർ ദയവായി ഇപ്പോൾ എന്നെ വിട്ട് പോകുക. ഞാൻ ഒരു ചിന്തയല്ല. നിങ്ങളുടെ സ്വപ്നങ്ങളിലൂടെ കടന്നുപോകുന്ന ഒരു വസ്തുവുമല്ല ഞാൻ. ഞാൻ ഒരു സ്ത്രീയാണ്. നിങ്ങൾ എന്നെ മോഹിക്കുന്ന ഒരു സ്ത്രീ ആയിരിക്കാനാണ് എന്റെ ആഗ്രഹം. ഒരു ഭാര്യയായി, ജനിക്കാനിരിക്കുന്ന കുട്ടികളുടെ അമ്മയായിട്ട്."

അങ്ങനെ അവർ പിരിഞ്ഞുപോയി.

അപ്പോൾ ആ പുരുഷൻ അയാളുടെ ഹൃദയത്തിൽ പറയുന്നുണ്ടായിരുന്നു, 'കണ്ടാലും, മറ്റൊരു സ്വപ്നംകൂടി ഇപ്പോൾത്തന്നെ മൂടൽമഞ്ഞായി മാറിപ്പോയിരിക്കുന്നു.'

ആ സ്ത്രീ അപ്പോൾ പറയുന്നുണ്ടായിരുന്നു, "കൊള്ളാം, എന്നെ ഒരു മൂടൽമഞ്ഞായും സ്വപ്നമായും മാറ്റിക്കളയുന്ന ഒരു പുരുഷനെക്കുറിച്ച് എന്ത് പറയാൻ?"

96

രാജാവ്

സാദിക്ക് എന്ന രാജ്യത്തിലെ ജനങ്ങൾ അവരുടെ രാജാവിന്റെ കൊട്ടാരം വളഞ്ഞ് രാജാവിനെതിരായ വിപ്ലവത്തിന്റെ മുദ്രാവാക്യങ്ങൾ മുഴക്കി. അപ്പോൾ രാജാവ് കൊട്ടാരത്തിന്റെ പടികൾ ഇറങ്ങി താഴെ വന്നു അദ്ദേഹത്തിന്റെ ഒരു കൈയിൽ കിരീടവും മറ്റേകൈയിൽ ചെങ്കോലു പിടിച്ചുകൊണ്ട്. അദ്ദേഹത്തെ കണ്ടപ്പോഴുള്ള രാജകീയ പ്രൗഢി ജന ക്കൂട്ടത്തെ നിശ്ശബ്ദരാക്കി. അദ്ദേഹം അവരുടെ മുമ്പിൽ നിന്നുകൊണ് പറഞ്ഞു: "എന്റെ സുഹൃത്തുക്കളേ, നിങ്ങൾ ഇനി മേലിൽ എന്റെ പ്രജ കളല്ല, ഇവിടെയിതാ ഞാൻ എന്റെ കിരീടവും ചെങ്കോലും നിങ്ങൾക്ക് കാഴ്ച വയ്ക്കുന്നു. ഞാൻ നിങ്ങളിൽ ഒരുവനായിരിക്കും. ഞാൻ ഒര മനുഷ്യൻ മാത്രമാണ്, പക്ഷേ, മനുഷ്യനെന്ന നിലയിൽ ഞാൻ നിങ്ങ ളോടൊരുമിച്ച് പണിയെടുക്കും, അങ്ങനെ നമ്മുടെ ഗണം മെച്ചപ്പെട്ടതാ കും, ഒരു രാജാവിന്റെ ആവശ്യമില്ല. അതുകൊണ്ട് നമുക്ക് വയലുകളി ലേക്കും മുന്തിരിത്തോപ്പുകളിലേക്കും പോയി കൈയോട് കൈ ചേർത്ത് പണിയെടുക്കാം. ഞാൻ ഏത് വയലിലേക്ക് അല്ലെങ്കിൽ ഏത് മുന്തിരി ത്തോപ്പിലേക്ക് പോകണം എന്നു മാത്രം നിങ്ങൾ എന്നോട് പറഞ്ഞാൽ മതി. നിങ്ങൾ എല്ലാവരും ഇപ്പോൾ രാജാക്കന്മാരാണ്."

ജനങ്ങളെല്ലാം അദ്ദേഹത്തെ പ്രകീർത്തിച്ചു. അവരുടെമേൽ നിശ്ശ ബ്ദത പരന്നു. എന്തുകൊണ്ടെന്നാൽ അവരുടെ അതൃപ്തിക്കെല്ലാം കാര ണമെന്ന് അവർ കരുതിയിരുന്ന ആ രാജാവ് തന്റെ കിരിടീവും ചെങ്കോലും അവർക്ക് സമർപ്പിക്കുകയും അവരിൽ ഒരുവനായിത്തീരുകയും ചെയ്ത് രിക്കുന്നു.

അങ്ങനെ അവർ ഓരോരുത്തരും അവരുടെ വഴിക്ക് പോയി. രാജാ വാകട്ടെ ഒരുവന്റെ കൂടെ ഒരു വയലിലേക്കും നടന്നുപോയി.

പക്ഷേ, സാദിക്ക് രാജ്യം രാജാവില്ലാതിരുന്നിട്ടും കൂടുതൽ മെച്ചപ്പെടുകയൊന്നും ചെയ്തില്ല, അസംതൃപ്തിയുടെ മൂടൽമഞ്ഞ് അപ്പോഴും ആ നാടിന്റെ മേൽ ഉണ്ടായിരുന്നു. ജനങ്ങൾ ചന്തസ്ഥലങ്ങളിൽ കൂടിയിരുന്ന് ഉറക്കെ പറയാൻ തുടങ്ങി. അവർ ഭരിക്കപ്പെടാനാണ് ആഗ്രഹിക്കുന്നതെന്നും, അവരെ ഭരിക്കാനായി ഒരു രാജാവ് വേണമെന്നും. പിന്നീട് മുതിർന്നവരും യുവാക്കളും ഒരേ സ്വരത്തിൽ പറഞ്ഞു: "ഞങ്ങൾക്ക് ഞങ്ങളുടെ രാജാവിനെ വേണം."

അങ്ങനെ അവർ രാജാവിനെ അന്വേഷിച്ച് ചെന്നപ്പോൾ കണ്ടത് അദ്ദേഹം ഒരു വയലിൽ പണിയെടുക്കുന്നതാണ്. അവർ അദ്ദേഹത്തെ കൂട്ടിക്കൊണ്ടുവന്ന് അദ്ദേഹത്തിന്റെ പീഠത്തിൽ ഇരുത്തി കിരീടവും ചെങ്കോലും സമർപ്പിച്ചു. എന്നിട്ട് അവർ പറഞ്ഞു: "ഇനി ഞങ്ങളെ ഭരിക്കൂ ശക്തിയോടും നീതിയോടും കൂടി."

അപ്പോൾ അദ്ദേഹം പറഞ്ഞു: "ഞാൻ നിങ്ങളെ ശരിക്കും ശക്തിയോടെ ഭരിക്കും, പിന്നെ സ്വർഗ്ഗത്തിലെയും ഭൂമിയിലെയും ദൈവങ്ങൾ എന്നെ സഹായിക്കുകയാണെങ്കിൽ ഞാൻ നീതിയോടെയും ഭരിക്കും."

അന്നുതന്നെ, പുരുഷന്മാരും സ്ത്രീകളും അദ്ദേഹത്തിന്റെ മുന്നിലെത്തി അവരോട് അപമര്യാദയായി പെരുമാറിയ ഒരു പ്രഭുവിന്റെ കാര്യം പരാതിപ്പെട്ടു, അയാൾ അവരെ തന്റെ അടിമകളായാണ് കണക്കാക്കിപ്പോന്നതെന്നും. രാജാവ് ആ പ്രഭുവിനെ കൈയോടെ തന്റെ മുമ്പിൽ വിളിച്ചുവരുത്തിയിട്ട് അയാളോട് പറഞ്ഞു: "ദൈവത്തിന്റെ തുലാസിൽ ഒരു മനുഷ്യന്റെ ജീവന് മറ്റൊരു മനുഷ്യജീവന്റെയത്ര തന്നെ ഭാരമാണുള്ളത്. ആയതിനാൽ നിങ്ങളുടെ വയലുകളിലും മുന്തിരിത്തോപ്പുകളിലും പണിയെടുക്കുന്നവരുടെ ജീവന്റെ ഭാരം നിശ്ചയിക്കാൻ അറിയാത്ത നിങ്ങളെ, ആ രാജ്യത്തുനിന്നും നാടുകടത്തിയിരിക്കുന്നു. അതുകൊണ്ട് നിങ്ങൾ ഈ രാജ്യം എന്നെന്നേക്കുമായി വിട്ടുപോകണം."

അതിനടുത്ത ദിവസം ഒരുകൂട്ടം ആൾക്കാർ രാജാവിന്റെയടുത്തുവന്ന്, കുന്നുകൾക്കപ്പുറമുള്ള ഒരു പ്രഭുസ്ത്രീയുടെ ക്രൂരതകളെക്കുറിച്ച് പറയുകയും അവർക്കുണ്ടായ ദുരന്തങ്ങളെക്കുറിച്ച് സങ്കടപ്പെടുകയും ചെയ്തു. ഉടൻതന്നെ ആ പ്രഭുസ്ത്രീയെ രാജാവിന്റെ കോടതിയിൽ ഹാജരാക്കി. രാജാവ് അവരെയും നാടുകടത്താൻ വിധിച്ചു. ഇപ്രകാരം പറഞ്ഞുകൊണ്ട്, "നമ്മുടെ വയലുകൾ കിളയ്ക്കുകയും മുന്തിരിത്തോപ്പുകൾ വിളയിക്കുകയും ചെയ്യുന്നവർ, അവരുണ്ടാക്കുന്ന അപ്പം ഭക്ഷിക്കുകയും അവരുടെ മുന്തിരിച്ചക്കിൽനിന്നുള്ള വീഞ്ഞ് കുടിക്കുകയും ചെയ്യുന്ന നമ്മളേക്കാൾ മഹത്വമുള്ളവരാണ്. നിങ്ങൾക്ക് അത് അറിഞ്ഞുകൂടാത്തതുകൊണ്ട് നിങ്ങൾ ഈ നാടുവിട്ട് ഈ രാജ്യത്തിൽനിന്ന് ദൂരെ എവിടെയെങ്കിലും പൊയ്ക്കൊള്ളണം."

അതിനുശേഷം പുരുഷന്മാരും സ്ത്രീകളും എത്തി രാജാവിനോട് ബിഷപ്പിനെക്കുറിച്ച് പരാതി ബോധിപ്പിച്ചു. ബിഷപ്പ് അവരോട് കത്തീഡൽ പണിയാനായി കല്ലുകൾ കൊണ്ടുവരാനും അവ ചെത്തിമിനു

ക്കാനും ആവശ്യപ്പെട്ടു. എന്നിട്ടും അദ്ദേഹം അവർക്ക് ഒരു കൂലിയും നല്കിയില്ല. അവർക്കറിയാമായിരുന്നു ബിഷപ്പിന്റെ ഭണ്ഡാരപ്പെട്ടിയിൽ സ്വർണ്ണവും വെള്ളിയും കുമിഞ്ഞുകൂടിയപ്പോൾ അവരുടെ ശൂന്യമായ വയറുകൾ വിശപ്പുകൊണ്ട് പൊരിയുകയായിരുന്നെന്ന്.

ബിഷപ്പിനെ വിളിച്ചുവരുത്തിയ രാജാവ് ബിഷപ്പിനോട് പറഞ്ഞു: "താങ്കൾ നെഞ്ചോടുചേർത്ത് ധരിച്ചിരിക്കുന്ന ആ കുരിശിന്റെ അർത്ഥം ജീവനുവേണ്ടി ജീവൻ നല്കണമെന്നാണ്. പക്ഷേ, താങ്കൾ ജീവിതത്തിൽനിന്ന് ജീവൻ എടുത്തതല്ലാതെ പകരം മറ്റൊന്നും നല്കിയില്ല. ആയതുകൊണ്ട് താങ്കളും ഈ രാജ്യം വിട്ടുപോകണം ഇനി ഒരിക്കലും മടങ്ങിവരാത്തവണ്ണം."

അപ്രകാരം ഒരു ചാന്ദ്രമാസം മുഴുവൻ ഓരോ ദിവസവും സ്ത്രീകളും പുരുഷന്മാരും ആ രാജാവിന്റെ അടുക്കലേക്ക് വന്നുകൊണ്ടിരുന്നു, അവരുടെമേൽ അടിച്ചേല്പിക്കപ്പെട്ട ഭാരങ്ങളെക്കുറിച്ച് പറയാൻ. ആ ചാന്ദ്രമാസംമുഴുവൻ ഓരോദിവസവും ഏതെങ്കിലും ഒരു മർദ്ദകൻ രാജ്യത്തുനിന്നും നാടുകടത്തപ്പെടുകയും ചെയ്തു.

സാദിക്ക് രാജ്യത്തെ ജനങ്ങൾ അത്ഭുതപ്പെട്ടു. അവരുടെ ഹൃദയങ്ങളിൽ സന്തോഷം അലതല്ലി.

അങ്ങനെയിരിക്കെ ഒരുദിവസം മുതിർന്നവരും യുവാക്കളും എല്ലാം കൂടെ വന്ന് രാജാവിന്റെ ഗോപുരത്തിന് ചുറ്റും നിന്നിട്ട് രാജാവിനെ വിളിച്ചു. അദ്ദേഹം താഴോട്ട് ഇറങ്ങിവന്നു, ഒരു കൈയിൽ കിരീടവും മറ്റേ കൈയിൽ ചെങ്കോലും പിടിച്ചുകൊണ്ട്.

അദ്ദേഹം അവരോട് പറഞ്ഞു: "ഇനി ഞാൻ നിങ്ങൾക്കുവേണ്ടി എന്താണ് ചെയ്യേണ്ടത്? നോക്കൂ ഞാൻ കൈയേല്ക്കണമെന്ന് നിങ്ങൾ ആഗ്രഹിച്ചവ ഞാൻ നിങ്ങൾക്ക് തിരിച്ചു നല്കുന്നു."

പക്ഷേ, അവർ ഉച്ചത്തിൽ വിളിച്ചുപറഞ്ഞു: "അരുത്, അരുത്, ഞങ്ങളെ ഭരിക്കാൻ യോഗ്യനായ രാജാവാണ് അങ്ങ്. അങ്ങ് ഈ രാജ്യത്തിലെ അണലികളെ കൊന്നൊടുക്കി, അങ്ങ് ചെന്നായ്ക്കളെ ഒന്നുമല്ലാതാക്കി, അതിനാൽ ഞങ്ങൾ വന്നത് അങ്ങയോടുള്ള നന്ദിസ്തുതികൾ ആലപിക്കാനാണ്. ആ കിരീടം പ്രൗഢിയോടെ അങ്ങയുടേതായിരിക്കും ആ ചെങ്കോൽ മഹിമയോടെ അങ്ങയുടെ പക്കൽ ഇരിക്കും."

അപ്പോൾ ആ രാജാവ് പറഞ്ഞു: "ഞാൻ അല്ലല്ലോ, ഞാൻ അല്ലല്ലോ, നിങ്ങൾ തന്നെയാണ് രാജാവ്. ഞാൻ ബലഹീനനും ഭരിക്കാൻ അറിയാത്തവനുമാണെന്ന് നിങ്ങൾ കരുതിയപ്പോൾ, നിങ്ങൾ സ്വയം ബലഹീനരും ഭരിക്കാനറിയാത്തവരുമായിരുന്നു. ഇപ്പോൾ ഈ രാജ്യം നന്നായിപോകുന്നതിന്റെ കാരണം നിങ്ങൾക്ക് അതിനുള്ള നിശ്ചയദാർഢ്യം ഉള്ളതുകൊണ്ടാണ്. നിങ്ങളുടെയെല്ലാം മനസ്സിലുള്ള വെറുമൊരു ചിന്തയല്ലാതെ മറ്റൊന്നുമല്ല ഞാൻ; അതുപോലെ നിങ്ങളുടെ പ്രവർത്തികളില്ലാതെ എനിക്കൊരു അസ്തിത്വവുമില്ല. ഭരണകർത്താവ് എന്ന ഒരു

വ്യക്തിയേ ഇല്ല. ഭരണീയർ മാത്രമേ നിലനില്ക്കുന്നുള്ളൂ; തങ്ങളെ സ്വയം ഭരിക്കാനായിട്ട്."

അതിനുശേഷം രാജാവ് തന്റെ ഗോപുരത്തിലേക്ക് മടങ്ങിപ്പോയി, അദ്ദേഹത്തിന്റെ കിരീടവും ചെങ്കോലുംകൊണ്ട് മുതിർന്നവരും ചെറുപ്പക്കാരും സംതൃപ്തരായി അവരവരുടെ വഴിക്ക് പോയി.

അവരിൽ ഓരോരുത്തരും സ്വയം വിചാരിച്ചു. താൻ ഒരു രാജാവാണെന്ന്, ഒരു കൈയിൽ കിരീടവും മറ്റേകൈയിൽ ചെങ്കോലും ഉണ്ടെന്നും.

97

ദർശനം

ഒരു തെളിനീരരുവിയുടെ സമീപത്തായുള്ള വയലിന്റെ മദ്ധ്യത്തിൽ, ഞാൻ കിളിയെ ഇടുന്ന ഒരു കൂട് കണ്ടു, അതിന്റെ അഴികളും വിജാഗിരികളുമൊക്കെ വിദഗ്ദ്ധമായ കരങ്ങളാൽ നിർമ്മിക്കപ്പെട്ടവയായിരുന്നു. അതിന്റെ ഒരു മൂലയിലായി ഒരു കിളി ചത്തുകിടന്നു, മറ്റൊരു മൂലയ്ക്ക് രണ്ടു പാത്രങ്ങളും ഒന്നിൽ വെള്ളമില്ലായിരുന്നു, മറ്റേതിൽ ധാന്യവുമില്ല. ഞാൻ ആദരപൂർവ്വം അവിടെനിന്നു, ജീവനില്ലാത്ത ആ കിളിയും, ആ അരുവിയുടെ മർമ്മരവും അഗാധമായ നിശ്ശബ്ദത അർഹിക്കുന്നുണ്ടെന്നും, ഹൃദയത്തിന്റെയും മനഃസാക്ഷിയുടെയും കൂടുതൽ പരിശോധനയും ധ്യാനവും ആവശ്യപ്പെടുന്നുണ്ടെന്ന് തോന്നിയതുകൊണ്ട്.

കാഴ്ചയിലും ചിന്തയിലും ഞാൻ കൂടുതൽ നിമഗ്നനായപ്പോൾ എനിക്ക് കാണാൻ കഴിഞ്ഞു. ആ പാവം ജീവി നീരൊഴുക്കുള്ളൊരു അരുവിയുടെ തീരത്ത് വെള്ളം കിട്ടാതെ ദാഹിച്ചും, നല്ല വിളവുള്ള, ജീവന്റെ തൊട്ടിലായ വയലിന്റെ നടുവിൽ വിശപ്പുകൊണ്ടുമാണ് ചത്തുപോയതെന്നും; ധനികനായൊരു മനുഷ്യൻ തന്റെ ഇരുമ്പ് ഭണ്ഡാരപ്പെട്ടിയിൽ സ്വർണ്ണക്കൂമ്പാരങ്ങൾക്കിടയിൽ കിടന്ന് വിശപ്പുകൊണ്ട് നശിക്കുന്നതുപോലെ.

പൊടുന്നനെ എന്റെ കൺമുന്നിൽ എനിക്ക് കാണാൻ കഴിഞ്ഞു, ആ കൂട് ഒരു മനുഷ്യന്റെ അസ്ഥിപഞ്ചരമായി മാറുന്നതും ചത്തുപോയ ആ പക്ഷി ഒരു മനുഷ്യന്റെ ഹൃദയമാകുന്നതും ദുഃഖിതയായ ഒരു സ്ത്രീയുടെ അധരങ്ങൾപോലെ തോന്നിക്കുന്ന അതിന്റെ അഗാധമായ മുറിവിൽനിന്നും രക്തം ഒഴുകുന്നതും. ആ മുറിവിൽനിന്നും പുറത്തുവന്ന ഒരു ശബ്ദം പറഞ്ഞു: "ഞാനൊരു മനുഷ്യഹൃദയമാണ്, ദ്രവ്യങ്ങളുടെ തടവുകാരണം ഭൂമിയുടെ നിയമങ്ങളുടെ ഇരയും.

“ദൈവത്തിന്റെ മനോഹാരിതയുടെ വയലിൽ, ജീവന്റെ അരുവിയുടെ ീരത്ത്, മനുഷ്യനുണ്ടാക്കിയ നിയമങ്ങളുടെ കൂട്ടിൽ ഞാൻ തടവിലാ ക്കപ്പെട്ടു.

“മനോഹരമായ സൃഷ്ടിയുടെ മദ്ധ്യത്തിൽ എല്ലാവരാലും അവഗണി ക്കപ്പെട്ട് ഞാൻ മരിച്ചു, എന്തുകൊണ്ടെന്നാൽ ദൈവത്തിന്റെ സമൃദ്ധി യുടെ സ്വാതന്ത്ര്യം അനുഭവിക്കുന്നതിൽനിന്നും ഞാൻ തടയപ്പെട്ടു.”

“മനുഷ്യന്റെ സങ്കല്പനങ്ങളനുസരിച്ച്, എന്റെ സ്നേഹവും മോഹവും ഉണർത്തുന്ന സൗന്ദര്യത്തിന്റെ എല്ലാംതന്നെ അപകീർത്തി കരമാണ്. അവന്റെ തീർപ്പനുസരിച്ച് ഞാൻ കേണപേക്ഷിക്കുന്ന നന്മയു ടെതായ എല്ലാം തന്നെ വെറുതെ ഒന്നുമില്ലാത്തതായിത്തീരുന്നു.

“നഷ്ടപ്പെട്ടുപോയ മാനവഹൃദയമാണ് ഞാൻ, മനുഷ്യന്റെ ശാസന കളാകുന്ന നാറുന്ന കാരാഗൃഹത്തിന്റെ ഇരുട്ടറയിൽ തടവിലാക്കപ്പെട്ട, ലൗകിക അധികാരമാകുന്ന ചങ്ങലകളാൽ ബന്ധിക്കപ്പെട്ട്, നാവ് ബന്ധി ക്കപ്പെട്ട് കാണാവുന്ന കണ്ണീർ വറ്റിപ്പോയ കണ്ണുകളുമായി, ചിരിക്കുന്ന മാനവികതയാൽ വിസ്മരിക്കപ്പെട്ട് മൃതമായിപ്പോയ ഞാൻ.”

ഈ വാക്കുകളെല്ലാം ഞാൻ കേട്ടു, അവയൊക്കെയും മുറിവേറ്റ ആ ഹൃദയത്തിൽനിന്ന് നിർഗ്ഗമിക്കുന്ന അടിക്കടി കട്ടികുറഞ്ഞുവരുന്ന രക്ത ധാരയോടൊപ്പം വരുന്നത് ഞാൻ കാണുകയും ചെയ്തു.

ഇനിയും കൂടുതൽ എന്തൊക്കെയോ പറഞ്ഞു, പക്ഷേ, മങ്ങിപ്പോയ എന്റെ കണ്ണുകളും കരയുന്ന ആത്മാവും കൂടുതൽ കാണുന്നതും കേൾക്കുന്നതും തടഞ്ഞുകളഞ്ഞു.

98

കൊട്ടാരവും കുടിലും

ഭാഗം ഒന്ന്

രാത്രിയായപ്പോൾ കൊട്ടാരസദൃശമായ ആ വീട്ടിലെ വിളക്കുകൾ വെട്ടിത്തിളങ്ങി. വീടിന്റെ പ്രധാന കവാടത്തിനരികിലായി സേവകർ അതിഥികളെ പ്രതീക്ഷിച്ചുനിന്നു, അവരുടെ വെൽവെറ്റ് വസ്ത്രങ്ങളിലെ ബട്ടണുകൾ സ്വർണ്ണംപോലെ തിളങ്ങി.

ആഡംബരം വെളിപ്പെടുത്തുന്ന കുതിരവണ്ടികൾ ആ കൊട്ടാരത്തിന്റെ പൂന്തോട്ടത്തിൽ വന്നുനിന്നു. അതിൽനിന്നും ഇറങ്ങിയ പ്രഭുക്കന്മാർ വീട്ടിനകത്തേക്ക് കടന്നു. അവർ ധരിച്ചിരുന്ന കമനീയമായ വസ്ത്രങ്ങളിൽ രത്നങ്ങൾകൊണ്ട് അലങ്കാരത്തുന്നൽ ചെയ്തിരുന്നു. വാദ്യോപകരണങ്ങൾ ശ്രുതിമധുരമായ ഗാനങ്ങൾകൊണ്ട് അന്തരീക്ഷം നിറച്ചപ്പോൾ വിശിഷ്ടാതിഥികൾ ഹൃദയഹാരിയായ ആ സംഗീതത്തിനൊപ്പിച്ച് നൃത്തം വച്ചു.

പാതിരാത്രിയായപ്പോൾ അപൂർവ്വവും അതിസുന്ദരവുമായ പുഷ്പങ്ങൾകൊണ്ട് അലങ്കൃതമായ മേശകളിൽ അത്യന്തം ഹൃദയഹാരിയും രുചികരവുമായ ഭക്ഷണ വിഭവങ്ങൾ വിളമ്പി. വിരുന്നുകാർ മൂക്കുമുട്ടെ തിന്നുകയും കുടിക്കുകയും ചെയ്തു; ഒടുവിൽ വീണ്ട് സ്വന്തം ഊഴമനുസരിച്ച് അതിന്റെ ഭാഗം അഭിനയിക്കുന്നതുവരെ. നേരം പുലരാറായപ്പോൾ ആ കൂട്ടം ശബ്ദഘോഷത്തോടെ പിരിഞ്ഞുപോയി; സുദീർഘമായ ഒരു രാത്രി മദ്യലഹരിയിലും അമിത ഭക്ഷണത്തിലും ചെലവഴിച്ചതിനാൽ തളർന്നുപോയ തങ്ങളുടെ ശരീരങ്ങളെ കട്ടിയുള്ള മെത്തകളിന്മേൽ കിടത്തി അസ്വാഭാവിക നിദ്രകൊണ്ട് മൂടാൻ തിടുക്കപ്പെട്ട്.

ഭാഗം രണ്ട്

സായാഹ്നമായപ്പോൾ കഠിനാദ്ധ്വാനത്തിന്റെ വസ്ത്രം ധരിച്ച ഒരു മനുഷ്യൻ തന്റെ ചെറിയ വീടിന്റെ വാതിൽക്കൽ വന്നുനിന്ന് കതകിൽ മുട്ടി. വാതിൽ തുറന്നപ്പോൾ അയാൾ അകത്തുകടന്ന് അതിലുണ്ടായിരുന്നവരെ സന്തോഷത്തോടെ അഭിവാദ്യം ചെയ്തശേഷം, അടുപ്പിന് സമീപം കളിച്ചുകൊണ്ടിരുന്ന അയാളുടെ കുട്ടികൾക്കിടയിൽ ഇരുന്നു. അല്പനേരത്തിനുള്ളിൽ അയാളുടെ ഭാര്യ ഭക്ഷണം തയ്യാറാക്കി, അവരെല്ലാവരും കൂടെ മരംകൊണ്ട് തീർത്ത ഒരു മേശയ്ക്കുചുറ്റുമിരുന്ന് ആഹാരം കഴിച്ചു. ഭക്ഷണത്തിനുശേഷം അവരെല്ലാവരുംകൂടെ ഒരു മണ്ണെണ്ണ വിളക്കിന് ചുറ്റും വട്ടമിട്ടിരുന്ന് അന്നത്തെ വിശേഷങ്ങൾ പറഞ്ഞു. രാത്രിയുടെ ആദ്യപാദം അവസാനിച്ചപ്പോൾ അവരെല്ലാം നിശ്ശബ്ദരായി എണീറ്റ് നിന്ന് നിദ്രയുടെ രാജാവിന് അവരെത്തന്നെ സ്വയം സമർപ്പിച്ചു; അവരുടെ ചുണ്ടുകളിൽ അപ്പോൾ സ്തുതിയുടെയും പ്രാർത്ഥനയുടെയും നന്ദിയുടെയും ഒരു ഗാനമുണ്ടായിരുന്നു.

99

ഇന്നലെയും ഇന്നും

ആ സ്വർണ്ണം പൂഴ്ത്തിവയ്പുകാരൻ തന്റെ കൊട്ടാരത്തിന്റെ പൂന്തോട്ടത്തിലൂടെ ഉലാത്തുകയായിരുന്നു. അയാളോടൊപ്പം അയാളുടെ ദുരിതങ്ങളും നടന്നു. അയാളുടെ തലയ്ക്കു മുകളിലായി മനഃക്ലേശങ്ങൾ വട്ടമിട്ടുപറന്നു. ഒരു ശവശരീരത്തിന് മുകളിലായി കഴുകൻ ചുറ്റിപ്പറ്റക്കുന്നതുപോലെ അങ്ങനെ അയാൾ മനോഹരമായ വെണ്ണക്കൽ പ്രതിമകളാൽ ചുറ്റപ്പെട്ട ആകർഷകമായൊരു തടാകതീരത്തെത്തി.

അയാൾ അവിടെയിരുന്ന് വെണ്ണക്കൽ പ്രതിമകളുടെ വായിലൂടെ പുറത്തേക്കൊഴുകിക്കൊണ്ടിരുന്ന വെള്ളത്തെക്കുറിച്ച് ആലോചിച്ചപ്പോൾ തോന്നി, ഇത് ഒരു കാമുകന്റെ ഭാവനയിൽനിന്ന് സ്വതന്ത്രമായൊഴുകുന്ന ചിന്തകൾ പോലെയാണല്ലോയെന്ന്. പിന്നീട് അയാൾക്ക് തന്റെ കൊട്ടാരത്തെക്കുറിച്ച് ആലോചിച്ചപ്പോൾ തോന്നി, ഒരു മൊട്ടക്കുന്നിന്റെ പുറത്തു നില്ക്കുന്ന അത് ഒരു കന്യകയുടെ കവിളത്ത് ജന്മനായുള്ള മറുകുപോലെയാണെന്ന്. അയാളുടെ ഭാവന അയാളുടെ ജീവിതനാടകത്തിന്റെ താളുകൾ ഒന്നൊന്നായി വെളിപ്പെടുത്തിയപ്പോൾ അത് വായിച്ച അയാളുടെ കണ്ണുകളിൽ നിറഞ്ഞ കണ്ണീരുകൊണ്ട് ഒരു മൂടുപടം ഉണ്ടാക്കുകയും, അതിലൂടെ പ്രകൃതിക്ക് മനുഷ്യൻ നല്കുന്ന ലോലമായ കൂട്ടിച്ചേർക്കലുകൾ കാണാൻ പറ്റാതെ വരികയും ചെയ്തു.

അയാൾ തന്റെ വിദൂരഭൂതകാല ജീവിതത്തിന്റെ പ്രതിഛായകളിലേക്ക്, മുറിവേല്പിക്കുന്ന ഖേദത്തോടെ പിന്തിരിഞ്ഞു നോക്കിയപ്പോൾ, ദേവതകൾ രൂപംനല്കിയ ആ പ്രതിരൂപങ്ങൾ കണ്ട് അയാൾക്ക് ഉൽക്കണ്ഠ നിയന്ത്രിക്കാനായില്ല. അപ്പോൾ അയാൾ ഉറക്കെ ആത്മഗതം ചെയ്തു: 'ഇന്നലെ ഞാൻ എന്റെ ആടുകളെ പച്ചപ്പുല്ലു നിറഞ്ഞ ആ താഴ്വരയിൽ മേയ്ക്കുകയായിരുന്നു, എന്റെ അസ്തിത്വം ആസ്വദിച്ചുകൊണ്ട് ചുണ്ടുകളിൽ ഓടക്കുഴൽവിളിയുമായി തല ഉയർത്തിപ്പിടിച്ചുകൊണ്ട്. ഇന്ന്

ഞാൻ അത്യാർത്തിയുടെ ഒരടിമയാണ്. കനകം കൂടുതൽ കനകത്തിലേക്ക് നയിക്കുന്നു, പിന്നെ വിശ്രമമില്ലായ്മയിലേക്കും, ഒടുവിൽ തകർത്തുകളയുന്ന ദുരിതത്തിലേക്കും.

ഇന്നലെ ഞാൻ പാടിപ്പറക്കുന്നൊരു പക്ഷിയെപോലെയായിരുന്നു, വയലുകളിൽ അവിടെയുമിവിടെയുമൊക്കെ പറന്നുനടന്നു. ഇന്ന് ഞാൻ അസ്ഥിര ധനത്തിന്റെയും സമൂഹത്തിന്റെ ചട്ടങ്ങളുടെയും നഗരത്തിന്റെയും ആചാരങ്ങളുടെയും, വിലയ്ക്കു വാങ്ങിയ സുഹൃത്തുക്കളുടെയും അടിമയാണ്, മനുഷ്യന്റെ സങ്കുചിതവും വിചിത്രവുമായ ചട്ടങ്ങളുമായി പൊരുത്തപ്പെട്ടുകൊണ്ട് ജനങ്ങളെ സന്തോഷിപ്പിക്കുന്നു. സ്വതന്ത്രനായിരിക്കാനും ജീവിതത്തിന്റെ ഔദാര്യം ആസ്വദിക്കാനും ജന്മം നല്കപ്പെട്ടവനായിരുന്നു ഞാൻ; പക്ഷേ, ഇപ്പോൾ ഞാൻ സ്വയം കണ്ടെത്തിയിരിക്കുന്നു, ഞാനൊരു ഭാരം വഹിക്കുന്ന മൃഗത്തെപ്പോലെയാണ്, അത്യധികം ഭാരമുള്ള സ്വർണ്ണം കയറ്റിവച്ചിരിക്കുന്നതിനാൽ അവന്റെ നടുവൊടിയുന്നു.

എവിടെയാണ് വിശാലമായ സമതലങ്ങളും പാടുന്ന പുഴകളും ശുദ്ധമായ സമീരനും, പ്രകൃതിയുമായുള്ള അടുപ്പവും? എവിടെ എന്റെ ദൈവം? എനിക്ക് അതെല്ലാം നഷ്ടമായി! ഇപ്പോൾ എന്റെ കൂടെ അവശേഷിക്കുന്നത് എന്നെ വേദനിപ്പിക്കുന്ന ഏകാന്തതയും എന്നെ പരിഹസിക്കുന്ന സ്വർണ്ണവും എന്റെ പുറകിൽനിന്ന് എന്നെ ശപിക്കുന്ന അടിമകളും എന്റെ സന്തോഷത്തിന്റെ ശവകുടീരമായി ഞാൻ കെട്ടി ഉയർത്തിയ ഈ കൊട്ടാരവും അതിന്റെ മഹിമയിൽ എനിക്ക് നഷ്ടപ്പെട്ട ഹൃദയവും മാത്രമാണ്.

ഇന്നലെ ഞാൻ അറബിക്കുറവന്റെ പുത്രിയുമൊരുമിച്ച് കുന്നുകളിലും സമതലങ്ങളിലും ചുറ്റിത്തിരിഞ്ഞു നടന്നു; വിശുദ്ധിയായിരുന്നു ഞങ്ങളുടെ ചങ്ങാതി, പ്രേമം ഞങ്ങളുടെ ആഹ്ലാദവും, നിലാവ് ഞങ്ങളുടെ കാവൽക്കാരനും. ഇന്ന് ഞാൻ തൊലിപ്പുറം മാത്രം സൗന്ദര്യമുള്ള, സ്വർണ്ണത്തിനും രത്നങ്ങൾക്കുംവേണ്ടി തങ്ങളെത്തന്നെ വില്ക്കുന്ന സ്ത്രീകളുടെ ഇടയിലാണ്.

ഇന്നലെ ഞാൻ അല്ലലറിയാതെ നടന്നു, ആട്ടിടയന്മാരുമായി എന്റെ ജീവിതത്തിലെ എല്ലാ സന്തോഷവും പങ്കിട്ടുകൊണ്ട്, ഭക്ഷിച്ചും കളിച്ചും പണിചെയ്തും പാടിയും പിന്നെ ഹൃദയത്തിലെ സത്യത്തിന്റെ സംഗീതത്തിനൊത്ത് നൃത്തം ചെയ്തുകൊണ്ടും. ഇന്ന് ഞാൻ ആൾക്കാരുടെയിടയിൽ കാണപ്പെടുന്നത് ചെന്നായ്ക്കളുടെയിടയിൽപ്പെട്ട് ഭയന്നൊരു ആട്ടിൻകുട്ടിയെപ്പോലെയാണ്. ഞാൻ തെരുവുകളിലൂടെ നടക്കുമ്പോൾ, അവർ വെറുപ്പുനിറഞ്ഞ നയനങ്ങളോടെ എന്നെ നോക്കുകയും ദേഷ്യവും അസൂയയും കലർത്തി എന്നെ ചൂണ്ടിക്കാട്ടുകയും ചെയ്യുന്നു; ഞാൻ ഉദ്യാനത്തിലൂടെ പതുങ്ങിപ്പോകുമ്പോൾ എനിക്കു ചുറ്റും കാണുന്നത് ദേഷ്യമുള്ള മുഖങ്ങളാണ്.

ഇന്നലെ ഞാൻ സന്തോഷത്തിൽ സമ്പന്നനായിരുന്നു, ഇന്ന് സ്വർണത്തിൽ ദരിദ്രനും.

ഇന്നലെ ഞാൻ എന്റെ ആട്ടിൻകൂട്ടത്തെ സന്തോഷത്തോടെ നോക്കുന്ന സന്തുഷ്ടനായ ഒരു ആട്ടിടയനായിരുന്നു, കരുണയുള്ളൊരു രാജാവ് സന്തോഷത്തോടെ സംതൃപ്തരായ തന്റെ പ്രജകളെ നോക്കുന്നതുപോലെ ഇന്ന് ഞാൻ എന്റെ സമ്പത്തിന്റെ മുമ്പാകെ നില്ക്കുന്ന ഒരു അടിമയാണ് ഞാൻ ഒരിക്കൽ അനുഭവിച്ചിരുന്ന ജീവിത മനോഹാരിത എന്നിൽനിന്നും തട്ടിപ്പറിച്ചുകളഞ്ഞ എന്റെ സമ്പത്ത്.

എന്റെ വിധികർത്താവേ, എന്നോട് ക്ഷമിക്കേണമേ! ധനവും സമ്പത്തുമെല്ലാം എന്റെ ജീവിതത്തെ ഛിന്നഭിന്നമാക്കിക്കളയുമെന്നും, എന്നെ വിഡ്ഢിത്തത്തിന്റെയും പാരുഷ്യത്തിന്റെയും ഇരുട്ടറകളിലേക്ക് നയിക്കുമെന്നും ഞാൻ അറിഞ്ഞിരുന്നില്ല. മഹിമയെന്നും ഞാൻ വിചാരിക്കുന്നത് നിത്യമായ അഗ്നികുണ്ഡമല്ലാതെ മറ്റൊന്നുമല്ല.

ക്ഷീണിതനായ അയാൾ സ്വയം എണീറ്റുനിന്നശേഷം മെല്ലെ തന്റെ കൊട്ടാരത്തിലേക്ക് നടക്കുന്നതിനിടെ ദീർഘനിശ്വാസം വിട്ടുകൊണ്ട് ഇങ്ങനെ ആവർത്തിച്ചിരുന്നു. ഇതാണോ ജനങ്ങൾ പറയുന്ന സമ്പത്ത്? ഇതാണോ ഞാൻ ആരാധിക്കുകയും സേവിക്കുകയും ചെയ്യുന്ന ദൈവം? ഇതിനെയാണോ ഞാൻ ഈ ലോകത്തിൽ അന്വേഷിച്ചുകൊണ്ടിരുന്നത്? എന്തുകൊണ്ട് എനിക്ക് ഇതിനെ സംതൃപ്തിയുടെ ഒരംശത്തിനുവേണ്ടി വിറ്റുകൂടാ? ഒരു ടൺ സ്വർണ്ണം കൊടുത്താൽ മനോഹരമായ ഒരു ചിന്ത നല്കാൻ ആർക്ക് കഴിയും? ഒരു കൈ നിറയെ രത്നങ്ങൾ കൊടുത്താൽ ഒരുനിമിഷത്തേക്ക് എനിക്ക് ആര് സ്നേഹം നല്കും? എന്റെ ഭണ്ഡാരങ്ങൾ മുഴുവൻ പകരമായി എടുത്തുകൊണ്ട് ആർക്കാണ് കഴിയുക, മറ്റുള്ളവരുടെ ഹൃദയങ്ങൾ കാണാൻ സാധിക്കുന്ന ഒരു കണ്ണ് എനിക്ക് നല്കുവാൻ?'

അയാൾ കൊട്ടാരത്തിന്റെ കവാടങ്ങളിൽ എത്തിയപ്പോൾ തിരിഞ്ഞ് നഗരത്തിന്റെ നേർക്ക് നോക്കി ജറമിയാ പ്രവാചകൻ ജറുസലേമിനെ നോക്കിയതുപോലെ. തന്റെ കരങ്ങൾ വേദനയുടെ വിലാപത്തോടെ മുകളിലേക്കുയർത്തി അയാൾ വിളിച്ചു പറഞ്ഞു: "ശബ്ദായമാനമായ ഈ നഗരത്തിലെ ജനങ്ങളേ, ഇരുട്ടിൽ ജീവിക്കുന്ന നിങ്ങൾ, ദുരിതത്തിലേക്ക് പായുകയാണ്, വ്യാജം പറഞ്ഞുകൊണ്ട് വിഡ്ഢിത്തം സംസാരിച്ചുകൊണ്ടും, ഇങ്ങനെ അജ്ഞതയിൽ എത്രകാലം നിങ്ങൾക്ക് കഴിഞ്ഞുകൂടാനാവും? ഇങ്ങനെ ജീവിതത്തിന്റെ കുപ്പത്തൊട്ടിയിൽ വസിച്ചുകൊണ്ട് എത്രനാൾ നിങ്ങൾക്ക് അതിന്റെ ഉദ്യാനങ്ങളെ വിട്ടൊഴിഞ്ഞുപോകാനാവും? പ്രകൃതിയുടെ മനോഹരമായ പട്ടുവസ്ത്രങ്ങൾ നിങ്ങൾക്കായി ഒരുക്കിയിരിക്കുമ്പോൾ, എന്തിനാണ് നിങ്ങൾ സങ്കുചിതത്വത്തിന്റെ കീറിയ കുപ്പായങ്ങൾ ധരിക്കുന്നത്? വിജ്ഞാനത്തിന്റെ വിളക്ക് മങ്ങിക്കത്തുകയാണ്; അതിൽ എണ്ണ പകർന്നുകൊടുക്കാൻ സമയമായിരിക്കുന്നു. യഥാർത്ഥ സമ്പത്തിന്റെ ഭവനം നശിപ്പിക്കപ്പെടുകയാണ്; അതിനെ പുനർ നിർമ്മിച്ച് സംരക്ഷിക്കേണ്ട സമയം ആഗതമായിരിക്കുന്നു. അജ്ഞതയുടെ ചോരന്മാർ നിങ്ങളുടെ സമാധാനത്തിന്റെ നിധി മോഷ്ടിച്ചിരിക്കുന്നു;

അത് തിരിയെ പിടിക്കാനുള്ള സമയമായിരിക്കുന്നു!

ആ സമയം ദരിദ്രനായ ഒരു മനുഷ്യൻ അയാളുടെ മുന്നിൽനിന്ന് ിക്ഷയ്ക്കായി കൈനീട്ടി. ആ ഭിക്ഷക്കാരനെ നോക്കിയ അയാളുടെ അധ ങ്ങൾ അകന്നു, ദയകൊണ്ട് കണ്ണുകൾ പ്രകാശമാനമായി, കാരുണ്യം കാണ്ട് മുഖം പ്രസരിച്ചു. തടാകത്തിന്റെ കരയിലിരുന്ന് അയാൾ വില ിച്ച ഇന്നലെ, അയാളെ അഭിവാദ്യം ചെയ്യാൻ വന്നതുപോലെ അയാൾക്ക് തോന്നി. അയാൾ സ്നേഹപൂർവ്വം ആ നിർദ്ധനനെ ആശ്ലേഷിച്ച് അയാ ളുടെ കൈനിറയെ സ്വർണ്ണം നല്കിയശേഷം സ്നേഹത്തിന്റെ മാധുര്യം കാണ്ട് ആത്മാർത്ഥമായ ശബ്ദത്തിൽ അയാളോട് പറഞ്ഞു: "നാളെയും ീ ഇങ്ങോട്ട് വരണം, അപ്പോൾ നിന്നോടൊപ്പം ദുരിതങ്ങളനുഭവിക്കുന്ന റ്റുള്ളവരെയും കൂട്ടിക്കൊണ്ടുവരണം. നിങ്ങളുടെ സമ്പാദ്യങ്ങളെല്ലാം ീണ്ടെടുക്കപ്പെട്ടിരിക്കും."

അയാൾ കൊട്ടാരത്തിൽ പ്രവേശിക്കുമ്പോൾ ഇങ്ങനെ പറഞ്ഞു: ജീവിതത്തിലെ ഓരോ സാധനവും നല്ലതാണ്; സ്വർണ്ണം പോലും, എന്തു കാണ്ടെന്നാൽ അത് ഒരു പാഠം പഠിപ്പിക്കുന്നു. പൈസ ഒരു തന്ത്രി ാദ്യം പോലെയാണ്. അത് നന്നായിട്ട് ഉപയോഗിക്കാൻ അറിയാത്ത രാൾ അതിൽനിന്ന് അപസ്വരം മാത്രമേ കേൾക്കൂ. പൈസയും സ്നേഹം പോലെയാണ്; അത് തടഞ്ഞുവയ്ക്കുന്നവനെ അത് വദനയോടെയും സാവധാനത്തിലും കൊല്ലും, അത് തന്റെ സഹജീവി കൾക്കുമേൽ തിരിച്ചുവിടുന്നവരെ അത് ആഹ്ലാദിപ്പിക്കുകയും ചെയ്യും."

100

കന്യകയുടെ കഥ

ഒരു കരത്തിനും സ്പർശിക്കാനാവാതെ
അവൾ കന്യകയായി ജീവിച്ചു, മരിച്ചു.

ശത്രുസൈന്യം എണ്ണത്തിൽ വളരെ കൂടുതലായിരുന്നതുകൊണ്ട് ആ സൈന്യാധിപന് താഴെ പറയുന്ന ഉത്തരവ് പുറപ്പെടുവിക്കുകയല്ലാതെ മറ്റ് പോംവഴിയൊന്നും തന്നെ ഇല്ലായിരുന്നു:

"ജീവനും വെടിക്കോപ്പുകൾക്കുമുള്ള നാശം ഒഴിവാക്കാനായി നമ്മൾ വളരെ അച്ചടക്കത്തോടെ പിന്മാറണം, ശത്രുവിന് അറിഞ്ഞുകൂടാത്ത ഒരു പട്ടണത്തിലേക്ക്; അവിടെയിരുന്ന് ഒരു പുതിയ തന്ത്രത്തിന് രൂപം നല്കും. നമ്മൾ മരുഭൂമിയിലൂടെയായിരിക്കും നീങ്ങുക, എന്തുകൊണ്ടെന്നാൽ ശത്രുവിന്റെ കൈയിൽ ചെന്നുപെടുന്നതിനേക്കാൾ ഭേദം അത്തരമൊരു വഴിയേ പോകുന്നതാണ്. നമ്മൾ സന്ന്യാസാശ്രമങ്ങളും കന്യാസ്ത്രീമഠങ്ങളും കടന്നായിരിക്കും പോകുക, പക്ഷേ, അവയിൽ നാം കടക്കുന്നത് ഭക്ഷണവും ഭക്ഷണസാമഗ്രികളും ലഭിക്കാൻ വേണ്ടി മാത്രമായിരിക്കും."

സൈനികർക്ക് സംശയമൊന്നും തോന്നിയില്ല, കാരണം, ഇതുപോലുള്ളൊരു നിർണായക പരിതഃസ്ഥിതിയിൽ അവർക്ക് മറ്റ് ബദൽ നിർദ്ദേശങ്ങൾ ഒന്നും നല്കാനില്ലായിരുന്നു.

മരുഭൂമിയിലൂടെ ക്ഷീണവും ഉഷ്ണവും വിശപ്പും ദാഹവും സഹിച്ചുകൊണ്ട് അവർ ദിവസങ്ങളോളം മാർച്ച് ചെയ്തു. ഒരുദിവസം അവർ വലിയൊരു കെട്ടിടം കണ്ടു, കാഴ്ചയിൽ അത് പുരാതനമായ ഒരു കോട്ട പോലെ തോന്നി. അതിന്റെ ഗേറ്റുകൾ കോട്ടയാൽ ചുറ്റപ്പെട്ടൊരു പട്ടണത്തിന്റേതുപോലെ ആയിരുന്നു. അതിന്റെ കാഴ്ചയിൽത്തന്നെ അവരുടെ ഹൃദയങ്ങളിൽ സന്തോഷം ഓടിയെത്തി. അതൊരു കന്യാസ്ത്രീ മഠമാണെന്നും അവിടെ അവർക്ക് വിശ്രമിക്കാമെന്നും ഭക്ഷണം ലഭിക്കുമെന്നും അവർ വിചാരിച്ചു.

അവർ ഗേറ്റ് തുറന്നപ്പോൾ കുറച്ചുനേരത്തേക്ക് ആരും അവരെ കാണാൻ വന്നില്ല. അതിനുശേഷം കറുത്ത വസ്ത്രങ്ങൾ ധരിച്ച ഒരു സ്ത്രീ വാതിൽക്കൽ പ്രത്യക്ഷപ്പെട്ടു, മുഖം മാത്രമായിരുന്നു അവരുടെ ശരീരത്തിലെ ദൃശ്യമായ ഏകഭാഗം.

സൈന്യാധിപനോട് അവർ വിശദീകരിച്ചുകൊടുത്തു, അതൊരു കന്യാസ്ത്രീമഠമാണെന്നും, അതുകൊണ്ട് ആ നിലയിൽത്തന്നെ പെരുമാറണമെന്നും കന്യാസ്ത്രീകൾക്ക് യാതൊരുവിധ ശല്യവും ചെയ്യരുതെന്നും. സൈന്യാധിപൻ കന്യാസ്ത്രീകൾക്ക് സമ്പൂർണ സംരക്ഷണം വാഗ്ദാനം ചെയ്തശേഷം തന്റെ സൈനികർക്ക് ഭക്ഷണം കൊടുക്കണമെന്ന് അഭ്യർത്ഥിച്ചു. മഠത്തിന്റെ വിശാലമായ തോട്ടത്തിൽവച്ച് പട്ടാളക്കാർക്ക് ഭക്ഷണം നല്കപ്പെട്ടു.

സൈന്യത്തിന്റെ തലവൻ നാല്പതിനോടടുത്ത പ്രായമുള്ളവനും അധമനും കാമാതുരനുമായിരുന്നു. ആധികൊണ്ട് മാനസിക പിരിമുറുക്കം ഉണ്ടായിരുന്ന അയാൾ അതിനൊരു ശമനം ലഭിക്കാനായി ഒരു പെണ്ണിനെ ആഗ്രഹിക്കുകയും ഒരു കന്യാസ്ത്രീയെ ബലമായി പ്രാപിക്കാൻ തീരുമാനിക്കുകയും ചെയ്തു. അങ്ങനെ വൃത്തികെട്ട കാമവെറി അയാളെ നയിച്ചത് പരിപാവനമായ ആ സ്ഥലത്തെ പങ്കിലമാക്കാനാണ്; കപടവും കലുഷവുമായ ഈ ലോകത്തിന്റെ ബഹളങ്ങളിൽനിന്നും വളരെ അകന്ന്, ദൈവമായി സഹവസിക്കാനും അവന് അനവരതം പ്രാർത്ഥനകൾ ചൊല്ലാനുംവേണ്ടി കന്യാസ്ത്രീകൾ താമസിച്ചുപോന്ന സ്ഥലമായിരുന്നു അത്.

ആ മഠത്തിന്റെ അധിപയായ കന്യാസ്ത്രീക്ക് വാഗ്ദാനത്തിലൂടെ ഉറപ്പുനല്കിയിരുന്ന, വൃത്തികെട്ട ആ സൈന്യാധിപൻ, ജനാലയിലൂടെ കണ്ട ഒരു കന്യാസ്ത്രീയുടെ മുറിയിലേക്ക് ഒരു കോവണിവഴി കയറിച്ചെന്നു. വർഷങ്ങളായുള്ള പ്രാർത്ഥനയും ഏകാന്തവാസവും സ്വയം നിഷേധിക്കലും ഒന്നും ആ കന്യാസ്ത്രീയുടെ നിഷ്കളങ്കമായ മുഖത്തുനിന്നും സ്ത്രീസൗന്ദര്യത്തിന്റെ എല്ലാ അടയാളങ്ങളും മായ്ച്ചു കളഞ്ഞിരുന്നില്ല. ഈ ലോകത്തിന്റെ ശല്യങ്ങളൊന്നുമില്ലാതെ ദൈവത്തെ ആരാധിക്കാൻ പറ്റിയൊരു സ്ഥലമായി കരുതിക്കൊണ്ട് പാപപങ്കിലമായ ലോകത്തുനിന്നും ഒരു അഭയാർത്ഥിയായാണ് അവൾ അവിടെ എത്തിയിരുന്നത്.

അവളുടെ മുറിയിൽ എത്തിയ ഉടനെ ആ കുറ്റവാളി തന്റെ വാൾ ഉറയിൽനിന്ന് വലിച്ചൂരി സഹായത്തിനുവേണ്ടി വിളിച്ചാൽ അവളെ കൊന്നുകളയുമെന്ന് ഭീഷണിപ്പെടുത്തി.

അവന്റെ ഇംഗിതത്തിന് വഴങ്ങാൻ തയ്യാറാണെന്നപോലെ അഭിനയിച്ചുകൊണ്ട്, അവൾ പുഞ്ചിരിച്ചുകൊണ്ട് നിശ്ശബ്ദയായിനിന്നു. പിന്നീട് അവൾ അവനോട് പറഞ്ഞു: "ഇരിക്കൂ, അല്പനേരം വിശ്രമിക്കൂ, നിങ്ങൾ വളരെ ക്ഷീണിതനായി തോന്നുന്നല്ലോ."

അയാൾ അവളുടെ അടുത്തായി ഇരുന്നു. തന്റെ ഇരയെക്കുറിച്ച്

പൂർണ്ണവിശ്വാസത്തോടെ. അപ്പോൾ അയാൾ അവളോട് പറഞ്ഞു: "എനിക്ക് നിങ്ങൾ യോദ്ധാക്കളെ കാണുമ്പോൾ അത്ഭുതമാണ് തോന്നാറ്, കാരണം, നിങ്ങൾ മരണത്തിന്റെ മടിയിലേക്ക് എടുത്തു ചാടുമ്പോഴും ഭയപ്പെടാറില്ലല്ലോ."

അതിന് മറുപടിയായി വിഡ്ഢിയും ഭീരുവുമായ അയാൾ പറഞ്ഞു: "പരിതഃസ്ഥിതികളാണ് ഞങ്ങളെ യുദ്ധത്തിന് പോകാൻ പ്രേരിപ്പിക്കുന്നത്. ജനങ്ങൾ എന്നെ ഒരു ഭീരു എന്ന് വിളിക്കില്ലായിരുന്നെങ്കിൽ, നശിച്ച ഒരു സൈന്യത്തെ നയിക്കാൻ സമ്മതിക്കുന്നതിനു മുമ്പേ ഞാൻ ഓടിക്കളഞ്ഞേനെ."

അവൾ അയാളെ നോക്കി പുഞ്ചിരിച്ചുകൊണ്ടു പറഞ്ഞു: "പക്ഷേ, നിങ്ങൾക്ക് ഒരു കാര്യം അറിയില്ലേ, ഇവിടെ ഈ പരിശുദ്ധമായ സ്ഥലത്ത് ഞങ്ങളുടെ കൈയിൽ ഒരു ലേപനം ഉണ്ട്. അത് നിങ്ങളുടെ ശരീരത്തിൽ തേച്ചുപുരട്ടിയാൽ, എത്ര മൂർച്ചയുള്ള വാളുകൊണ്ട് വെട്ടിയാലും മുറിവേൽക്കില്ല, കേട്ടോ?"

"അത്ഭുതമായിരിക്കുന്നല്ലോ! എവിടെയിരിക്കുന്നു ഈ ലേപനം? ഞാൻ അത് തീർച്ചയായും ഉപയോഗിക്കും."

"നന്നായി. ഞാൻ അതിൽനിന്ന് കുറച്ച് നിങ്ങൾക്ക് തരാം."

ജനങ്ങൾ അപ്പോഴും അത്തരം അന്ധവിശ്വാസങ്ങളിൽ വിശ്വസിച്ചിരുന്ന ഒരുകാലത്ത് ജനിച്ചയാളായതുകൊണ്ട്, സൈന്യാധിപൻ ആ വിശുദ്ധ കന്യാസ്ത്രീയെ സംശയിച്ചില്ല.

അവൾ ഒരു ഭരണിതുറന്ന് വെള്ളനിറത്തിലുള്ള ഒരു ലേപനം അയാളെ കാണിച്ചു. അതുകണ്ടയുടനെ അയാളിൽ സംശയം ഉടലെടുക്കാൻ തുടങ്ങി. അവൾ അതിൽനിന്ന് കുറച്ച് എടുത്ത് അവളുടെ കഴുത്തിൽ പുരട്ടിക്കൊണ്ട് അയാളോട് പറഞ്ഞു: "നിങ്ങൾക്ക് ഞാൻ പറയുന്നത് വിശ്വാസമില്ലെങ്കിൽ, ഞാൻ അത് നിങ്ങൾക്ക് തെളിയിച്ചു തരാം. നിങ്ങൾ വാളെടുത്ത് ആവുന്നത്ര ശക്തിയോടെ എന്റെ കഴുത്തിൽ ആഞ്ഞു വെട്ടിക്കോളൂ."

അയാൾ അല്പം അറച്ചു. പക്ഷേ, അവൾ അയാളെ ആഞ്ഞു വെട്ടാൻ പ്രേരിപ്പിച്ചുകൊണ്ടേയിരുന്നു. ഒടുവിൽ അയാൾ അത് ചെയ്തു.

ആ കന്യാസ്ത്രീയുടെ തല ഉടലിൽനിന്ന് വേർപെട്ട് നിലത്ത് ഉരുളുന്നതും, ഉടൽ നിശ്ചലമായി നിലത്ത് വീഴുന്നതും കണ്ട അയാൾ മോഹാലസ്യത്തിന്റെ വക്കത്തെത്തി. അപ്പോഴാണ് കളങ്കപ്പെടലിൽനിന്നും സ്വയം രക്ഷപ്പെടാനായി അവൾ പ്രയോഗിച്ച സൂത്രം അയാൾക്ക് മനസ്സിലായത്.

ആ കന്യാസ്ത്രീ മരിച്ചുപോയിരുന്നു. പിന്നെ ആ സൈന്യാധിപന് തന്റെ മുന്നിൽ കാണാൻ കഴിഞ്ഞത്, വെറും രണ്ടു വസ്തുക്കൾ മാത്രം: ആ കന്യകയുടെ ശവശരീരവും പിന്നെ ലേപനത്തിന്റെ ഭരണിയും. അയാൾ ഇടയ്ക്കിടെ ആ ലേപനത്തിലേക്ക് നോക്കും. പിന്നെ ശിരസ്സറ്റ ആ ശരീരത്തിലേക്കും. അപ്പോൾ അയാൾക്ക് മാനസിക വിഭ്രാന്തിയായി; അയാൾ കതക് തള്ളിത്തുറന്ന് പുറത്തേക്ക് ഓടി, രക്തംപുരണ്ട വാൾ

മുന്നിൽ ഉയർത്തിപ്പിടിച്ചുകൊണ്ട് ഓടുന്നതിനിടെ അയാൾ സൈനികരോട് ഉറക്കെ വിളിച്ചു പറഞ്ഞുകൊണ്ടിരുന്നു, “വേഗം വേണം, വേഗം വേണം, നമുക്ക് ഈ സ്ഥലം വിട്ട് പോകണം!”

അയാൾ ഓട്ടം നിറുത്തിയതേയില്ല. ഒടുവിൽ ഏതാനും സൈനികർ ഓടി അയാളുടെ ഒപ്പമെത്തിയപ്പോൾ കണ്ടത് അയാൾ ബുദ്ധിയുറയ്ക്കാത്ത ഒരു കുട്ടിയെപ്പോലെ ഉച്ചത്തിൽ വിളിച്ചുപറഞ്ഞ് കരയുന്നതാണ്, “ഞാൻ അവളെ കൊന്നു! ഞാൻ അവളെ കൊന്നു!”

101

രണ്ടു മോഹങ്ങൾ

നിശയുടെ നിശ്ശബ്ദതയിൽ മരണം ദൈവത്തിന്റെയടുത്തുനിന്ന് ഭൂമിയിലേക്ക് ഇറങ്ങിവന്നു. അവൻ ഒരു നഗരത്തിന്റെ മുകളിൽ ചുറ്റിത്തിരിഞ്ഞ് അവന്റെ കണ്ണുകൾകൊണ്ട് അവിടത്തെ വസതികളെ സൂക്ഷ്മമായി നിരീക്ഷിച്ചു. നിദ്രയുടെ കാരുണ്യത്തിന് കീഴടങ്ങിയ ജനങ്ങൾ സ്വപ്നങ്ങളുടെ ചിറകുകളിൽ പറന്നുനടക്കുന്നതാണ് അവൻ കണ്ടത്.

ചന്ദ്രബിംബം ചക്രവാളത്തിന് താഴെ മറയുകയും നഗരം ഇരുട്ടിൽ അമരുകയും ചെയ്തപ്പോൾ, മരണം വീടുകൾക്കിടയിലൂടെ ശബ്ദമുണ്ടാക്കാതെ നടന്നു- ഒന്നിനെയും സ്പർശിക്കാതെ ശ്രദ്ധയോടെ-ഒടുവിൽ ഒരു കൊട്ടാരത്തിൽ എത്തുന്നതുവരെ. താഴിട്ട് പൂട്ടിയിരുന്ന കവാടങ്ങൾ അനക്കാതെ അവൻ അതിലൂടെ കടന്ന്, ആ ധനികന്റെ ശയ്യയ്ക്കരികിലെത്തിനിന്നു, മരണം അയാളുടെ നെറ്റിയിൽ സ്പർശിച്ചപ്പോൾ നിദ്രയിലായിരുന്ന അയാൾ കണ്ണുകൾ തുറന്നു, അത്യന്തം ഭയപ്പെടുകയും ചെയ്തു.

അയാൾ ആ പ്രേതത്തെ കണ്ടപ്പോൾ ഭയവും ദേഷ്യവും കൂട്ടിക്കലർന്ന ഒരു ശബ്ദം വരുത്തിക്കൊണ്ട് പറഞ്ഞു: "ഇവിടംവിട്ട് പൊയ്ക്കോളൂ, ഓ ഭയാനകമായ സ്വപ്നമേ, എന്നെ വിട്ടേക്ക് ഭീകരനായ ഭൂതമേ, ആരാണ് നീ? നീ എങ്ങനെ ഈ കൊട്ടാരത്തിൽ കടന്നു? നിനക്ക് എന്താണ് വേണ്ടത്? നീ ഉടനടി ഈ സ്ഥലം വിട്ട് പോകണം, എന്തെന്നാൽ ഈ ഗൃഹത്തിന്റെ അധിപൻ ഞാനാണ്. ഞാൻ എന്റെ അടിമകളെയും രക്ഷാഭടന്മാരെയും വിളിച്ച് നിന്നെ വധിക്കാൻ അവർക്ക് ഉത്തരവ് നല്കും!"

അപ്പോൾ മരണം മൃദുലമായി, പക്ഷേ, ഇടിനാദം പുകയുന്ന ശബ്ദത്തിൽ പറഞ്ഞു: "ഞാൻ മരണമാണ്. എണീറ്റ് കുമ്പിടുക!"

ആ മനുഷ്യൻ പ്രതിവചിച്ചു: "നിങ്ങൾക്ക് എന്താണ് വേണ്ടത്? എന്തു കാണ്ട് നിങ്ങൾ ഇവിടെ വന്നു, ഞാൻ എന്റെ കാര്യങ്ങളൊന്നും ഇനിയും ചയ്തു തീർന്നിട്ടില്ലല്ലോ? എന്നെപ്പോലെ ശക്തനായ ഒരുവനെ നീ എന്തി റാണ് അന്വേഷിക്കുന്നത്? അവശനായ ഒരു മനുഷ്യന്റെ അടുത്തേക്കു പായി, അവനെയും കൂട്ടിക്കൊണ്ട് പൊയ്ക്കോളൂ!"

"എനിക്ക്, നിന്റെ രക്തംപുരണ്ട നഖങ്ങളും കുഴിഞ്ഞ മുഖവും കാണുന്നതുതന്നെ വെറുപ്പാണ്. ഭീകരമായി എല്ലുന്തിയ നിന്റെ ചിറകു കളും ശവംപോലത്തെ ശരീരവും കാണുന്നത് എന്റെ കണ്ണുകൾക്ക് അറ പ്പുണ്ടാക്കുന്നു."

നിശ്ശബ്ദമായ ഒരുനിമിഷത്തെ ഭയം നിറഞ്ഞ തിരിച്ചറിവിനുശേഷം അയാൾ കൂട്ടിച്ചേർത്തു: "അരുത്, അരുത്, ഓ കരുണാമയനായ മരണമേ! എന്റെ പറച്ചിൽ കാര്യമാക്കരുത്, എന്തുകൊണ്ടെന്നാൽ ഹൃദയം വില ക്കുന്ന കാര്യങ്ങൾപോലും ഭയം പുറത്തു പറയും."

"എന്റെ സ്വർണ്ണത്തിൽനിന്ന് ഒരു പറ നിറയെ നീ എടുത്തോളൂ, അല്ലെങ്കിൽ എന്റെ അടിമകളുടെ ആത്മാവുകൾ കൈനിറയെ കൊണ്ടു പായക്കോളൂ. പക്ഷേ, എന്നെ വെറുതേ വിട്ടേക്കണം. എനിക്ക് ജീവിത ത്തിൽ തീർക്കാനുള്ള കണക്കുകൾ ഇനിയും ബാക്കിയാണ്; ജനങ്ങൾ ഇനിയും ധാരാളം സ്വർണ്ണം എനിക്ക് നല്കാനുണ്ട്, ഇനിയും എന്റെ കപ്പ ലുകൾ തുറമുഖത്ത് എത്തിയിട്ടില്ല. ഗോതമ്പ് വയലുകളിൽനിന്ന് വിള വെടുത്തിട്ടില്ല. നിനക്ക് എന്താണ് വേണ്ടതെന്നു വച്ചാൽ എടുത്തോളൂ. പക്ഷേ, എന്റെ ജീവൻ ഒഴിവാക്കണം. മരണമേ, ഭൂലോക സുന്ദരികളായ രുണികളുള്ള അന്തഃപുരങ്ങൾ എനിക്ക് സ്വന്തമായുണ്ട്. നീ ഇഷ്ടപ്പെടു നവരെ ഞാൻ നിനക്ക് സമ്മാനിക്കാം. ഞാൻ പറയുന്നത് ശ്രദ്ധിക്കുക, രണമേ, എനിക്ക് ഒരേയൊരു സന്തതിയേ ഉള്ളൂ. ഞാൻ അവനെ അത്യ ധികം സ്നേഹിക്കുന്നു. കാരണം, എന്റെ ജീവിതത്തിലെ ഏകസന്തോഷം അവൻ മാത്രമാണ്. ഞാനിതാ പരമമായ ത്യാഗം വാഗ്ദാനം ചെയ്യുന്നു. അവനെ എടുത്തുകൊള്ളൂ. പക്ഷേ, എന്നെ ഒഴിവാക്കണം!"

മരണം പിറുപിറുത്തു: "നീ ധനികനല്ല, മറിച്ച് ദയനീയമായി ദരിദ്ര നാണ്." അനന്തരം മരണം ആ ഭൂലോകവാസിയായ അടിമയുടെ കരം പിടിച്ച് അവന്റെ യഥാർത്ഥത്തിലുള്ള അവസ്ഥ മാറ്റി, എന്നിട്ട് തെറ്റുതിരു ത്തൽ എന്ന കനപ്പെട്ട ജോലിക്കായി മാലാഖമാരെ ഏല്പിച്ചു.

പിന്നീട് മരണം പാവപ്പെട്ടവർ വസിക്കുന്ന വീടുകൾക്കിടയിലൂടെ സാവധാനം നടന്ന് അവന് കാണാൻ കഴിഞ്ഞതിൽ ഏറ്റവും ദുരിതമനു ഭവിക്കുന്നവന്റെ അടുത്തെത്തി. അവൻ ഒരു വീട്ടിൽ പ്രവേശിച്ച്, അവിടെ ഒരു യുവാവ് വിറച്ചുകൊണ്ട് ഉറങ്ങുകയായിരുന്ന കിടക്കയ്ക്കരികിൽ എത്തി. മരണം ആ യുവാവിന്റെ കണ്ണുകളെ സ്പർശിച്ചു. അപ്പോൾ ചാടി യെണീറ്റ യുവാവ് അടുത്തു നില്ക്കുന്ന മരണത്തെക്കണ്ട്, സ്നേഹവും പ്രതീക്ഷയും നിറഞ്ഞ ശബ്ദത്തോടെ പറഞ്ഞു: "ഇതാ ഞാൻ ഇവിടെ യുണ്ട്. എന്റെ ചേതോഹരമായ മരണമേ, എന്റെ ആത്മാവിനെ സ്വീകരി

ക്കുക. എന്തെന്നാൽ നീയാണ് എന്റെ സ്വപ്നങ്ങളിലെ പ്രത്യാശ. അവ യുടെ പൂർത്തീകരണമായി മാറുക! നീ കരുണയുള്ളവനാണ്; എന്നെ വിട്ടുപോകല്ലേ, നീ ദൈവത്തിന്റെ സന്ദേശവാഹകനാണ്, എന്നെ അവനെ പക്കൽ ഏല്പിച്ചുകൊടുക്കുക. നീ സത്യത്തിന്റെ വലതുകരവും ദയ യുടെ ഹൃദയവുമാണ്; എന്നെ അവഗണിക്കരുതേ.

ഞാൻ നിരവധി തവണ നിനക്കുവേണ്ടി യാചിച്ചിട്ടുണ്ട്, പക്ഷേ, ന വന്നില്ല; ഞാൻ നിന്നെ അന്വേഷിച്ചിട്ടുണ്ട്, പക്ഷേ, നീ എന്നെ ഒഴിവാക്ക ക്കളഞ്ഞു; ഞാൻ നിന്നെ വിളിച്ചപേക്ഷിച്ചിട്ടുണ്ട്, പക്ഷേ, നീ ചെവിക്കൊ ണ്ടില്ല. ഇപ്പോഴെങ്കിലും ഞാൻ പറയുന്നത് നീ കേൾക്കണം. എന്റെ ആത്മാവിനെ ആലിംഗനം ചെയ്യുക, പ്രിയപ്പെട്ട മരണമേ!"

മരണം തന്റെ മൃദുലമായ കരം വിറയ്ക്കുന്ന ആ അധരങ്ങളുടെ മേൽവച്ചു, എല്ലാ യഥാർത്ഥാവസ്ഥയെയും മാറ്റി, എന്നിട്ട് അതിനെ അവന്റെ ചിറകുകൾകൊണ്ട് പൊതിഞ്ഞു, സുരക്ഷിതമായ പ്രയാണത്ത നുവേണ്ടി. അനന്തരം അവൻ ആകാശത്തിലേക്ക് മടങ്ങി. പോകുന്നവഴ മരണം തിരിഞ്ഞുനോക്കി അവന്റെ മുന്നറിയിപ്പ് മന്ത്രിച്ചു:

"ഭൂമിയിൽ നിത്യതയ്ക്കുവേണ്ടി അന്വേഷിക്കുന്നവർ
മാത്രമേ നിത്യതയിലേക്ക് മടങ്ങിപ്പോകുകയുള്ളൂ."

www.ingramcontent.com/pod-product-compliance
Lightning Source LLC
LaVergne TN
LVHW100825051026
849519LV00006B/2182